INSIGHT PUBLICA

INSIGHT PUBLICA®

Nadakkavu, Kozhikode, Kerala
www.insightpublica.com
e-mail: insightpublica@gmail.com
Verum Madhavante Kurippukal
Dr. K. Madhavan
(Malayalam)
First Edition: November 2021
Second Edition: February 2024

ISBN 978-93-5517-173-3
Published by Insight Publica
Printed by Insightinpublica Printers & Publishers Pvt. Ltd.
₹ 220

വെറും മാധവന്റെ കുറിപ്പുകൾ

ഡോ. കെ. മാധവൻ

INSIGHT PUBLICA®

ജനനം: കണ്ണൂർ ജില്ലയിൽ ശ്രീകണ്ഠപുരം കോട്ടൂർ എന്ന സ്ഥലത്ത്. അച്ഛൻ: അധ്യാപകനായിരുന്ന വിഷ്ണു നമ്പൂതിരി. അമ്മ: ഗൗരി അന്തർജ്ജനം.

കോട്ടൂർ യു.പി സ്കൂൾ, ശ്രീകണ്ഠപുരം ഹൈസ്കൂൾ, തളിപ്പറമ്പ് സർ സയ്യിദ് കോളേജ്, മണ്ണുത്തി വെറ്ററിനറി കോളേജ് എന്നിവിടങ്ങളിൽ വിദ്യാഭ്യാസം. വെറ്ററിനറിസയൻസിൽ ബിരുദാനന്തര ബിരുദം. സംസ്ഥാന മൃഗസംരക്ഷണവകുപ്പിൽ ജോയിന്റ് ഡയറക്ടർ ആയി വിരമിച്ചു.

ഭാര്യ: ലത. അധ്യാപിക, ക്ലാസിക്കൽ നർത്തകിയും ആണ്.
മക്കൾ: നീരജ് മാധവ്, നവനീത് മാധവ്.

ഇപ്പോൾ കോഴിക്കോട് സ്ഥിരതാമസം.
വിലാസം: കീഴേടത്തില്ലം, പാലാട്ടു നഗർ,
തിരുവണ്ണൂർ, കോഴിക്കോട്- 673029.
ഫോൺ: 9447950699
email.malaninav@gmail.com

ഡോ. കെ. മാധവൻ

പ്രിയ സുഹൃത്തുക്കളെ,

'വെറും മാധവന്റെ കുറിപ്പുകൾ' എന്ന പേരിൽ ഒരു പുസ്തകം പ്രസിദ്ധീകരിക്കുകയാണ്. 'വെറും' എന്നത് രണ്ടർത്ഥത്തിലും ഉദ്ദേശിച്ചാണ്. അതിപ്രശസ്തരും പ്രസക്തരും ആയ ഒട്ടനവധി മാധവൻമാർ ഉണ്ടായിട്ടുണ്ട്. അതിലൊന്നും പെടാത്ത വെറും മാധവനായ ഞാൻ ഒരു സാധാരണക്കാരനാണ്. സാധാരണക്കാരുടെ പ്രതിനിധിയാണ്. എന്റെ കാലഘട്ടത്തിൽ കാണുകയും അനുഭവിക്കുകയും ആസ്വദിക്കുകയും ചെയ്ത ചില കാര്യങ്ങളുടെ, എന്റെ കണ്ണിലൂടെയുള്ള കാഴ്ചകളും വിലയിരുത്തലുമായ 'വെറും' കുറിപ്പുകളാണിവ.

സർവ്വീസിൽ നിന്ന് വിരമിക്കുമ്പോൾ ചിലർ സർവ്വീസ് സ്റ്റോറി എഴുതും, ചിലർ ആത്മകഥ. എന്നെ സംബന്ധിച്ചിടത്തോളം എടുത്തുപറയാവുന്ന ഒന്നും ഇല്ലാത്തതുകൊണ്ടോ താത്പര്യമില്ലാത്തതുകൊണ്ടോ അങ്ങിങ്ങായി ചിതറിക്കിടക്കുന്ന ബാല്യകാല ഓർമ്മകൾ മുതൽ ചില വർത്തമാനകാല വസ്തുതകൾ വരെ പങ്കുവെക്കുന്നു. അത്രയേ ഉള്ളൂ.

കോവിഡ് മഹാമാരി ഉയർത്തിയ അസാധാരണമായ അനിശ്ചിതത്വങ്ങളും ഭീഷണിയും വീട്ടുതടങ്കലും ഒക്കെയാണ് ഇങ്ങനെ ചില കുറിപ്പുകൾ എഴുതാനും അതിൽ പലതും സാമൂഹികമാധ്യമങ്ങളിലൂടെ പ്രകാശിപ്പിക്കുവാനും കാരണമായത്. പല സുഹൃത്തുക്കളും ഇത് പുസ്തകമാക്കുന്നതിൽ തെറ്റില്ല എന്ന് അഭിപ്രായപ്പെട്ടപ്പോൾ, എന്നാൽ അങ്ങനെയാവാമെന്ന് കരുതി ഒരുമ്പെടുകയാണ്.

വായിക്കണമെന്ന് തോന്നുന്നവർക്ക് വായിക്കുകയോ വേണ്ടെന്നുവ ക്കുകയോ ആകാമല്ലോ?

ഈ കുറിപ്പുകൾക്ക് പ്രത്യേകിച്ച് വലിയ പ്രാധാന്യമോ പ്രസക്തിയോ ഉണ്ടാവാൻ ഇടയില്ല. ഏത് മനുഷ്യനും ഉള്ളപോലെ ചില ഗൃഹാതുര ഓർമ്മകൾ; നാട്ടിൻപുറത്ത് വളർന്ന ഒരാളുടെ ഇല്ലായ്മകൾക്കിടയിലുള്ള സമൃദ്ധിയും കൂട്ടുകുടുംബങ്ങളുടേയും നാട്ടുകൂട്ടായ്മയുടേയും ഒക്കെ സുഖകര മായ ഓർമ്മകൾ, അത്രതന്നെ. പിന്നെ ഞാൻ കാണുന്ന വിഷയങ്ങൾ സംബന്ധിച്ച് അപ്പപ്പോൾ തോന്നിയ ചില പ്രതികരണങ്ങൾ. വിസ്മൃ തിയിലാണ്ടുപോയ ചില പഴഞ്ചൻ കാര്യങ്ങൾ, ചില താത്പര്യങ്ങൾ. കുറച്ച് രാഷ്ട്രീയവും സാമൂഹികമായ മറ്റുചില വിഷയങ്ങളും. ഒരാളെയും വ്യക്തിപരമായി കുറ്റപ്പെടുത്തുകയോ സ്വന്തമായി ഒരു മേന്മയും അവകാ ശപ്പെടുകയോ ചെയ്തിട്ടില്ല എന്നാണ് ഞാൻ കരുതുന്നത്.

ചിലപ്പോൾ ഭാഷയിൽ അതിശയോക്തിയോ പരിഹാസമോ ഒക്കെ വന്നുപോയിരിക്കാം. ഒക്കെ അർഹിക്കുന്ന അവഗണനയോടെയോ പരിഗണനയോടെയോ കൈകാര്യം ചെയ്താൽ മതി.

സ്കൂൾ,കോളേജ് പഠനകാലത്ത് ചില 'എഴുത്ത് രോഗ'മൊക്കെ എനിക്കും ഉണ്ടായിട്ടുണ്ട്. പിതാമഹൻമാരും പ്രപിതാമഹൻമാരുമൊ ക്കെ വലിയ പണ്ഡിതരും നമ്മമരങ്ങളും ഒക്കെ ആയിരുന്നു എന്ന് മേനിപറച്ചിൽ കേട്ടതിനാലാവാം പലതും ആവണമെന്നൊക്കെ തോന്നിയിട്ടുണ്ട്.

കത്തിച്ചാമ്പലായിപ്പോയ നാലുകെട്ടിന്റെ അവശിഷ്ടങ്ങളിൽ എരി ഞ്ഞടങ്ങിയ പെട്ടികണക്കിന് താളിയോല ഗ്രന്ഥങ്ങളിൽ ബാക്കിയായവ അഞ്ചെട്ടെണ്ണം മാത്രം. അതാണെങ്കിൽ ദിവ്യമായ എന്തോ എന്ന മട്ടിൽ അടുപ്പിന് മുകളിൽ പുകയത്ത് ഉണക്കി വക്കുകയാണ്. വിജയദശമി ദിനത്തിൽ മുതിർന്നവർക്ക് മാത്രം കയ്യിൽ കിട്ടും. വാലൻമൂട്ടയും ചിത ലുമൊക്കെ തുളച്ചിട്ടും തൊട്ടാൽ പൊടിഞ്ഞുപോകുംവിധം അവയിൽ ചിലത് ബാക്കിയുണ്ട്. ഈ അടുത്തകാലത്ത് അത് വായിക്കണം, സംര ക്ഷിക്കണം എന്നൊക്കെയോർത്ത് കരിയും പൂപ്പലും പുൽതൈലം പുരട്ടി ച്ചുരണ്ടിനോക്കി. ഒന്നും തിരിയുന്നുമില്ല; മട്ടപ്പം.

എനിക്ക് ബോധ്യപ്പെട്ട ഒരു കാര്യം; ഓരോന്നും വേണ്ടപോലെ വന്നുപെട്ടുകൊള്ളും. ഒന്നും നിലനിൽക്കേണ്ടത് പൈതൃകവും കേമത്തവു മൊന്നും പറഞ്ഞല്ല. അവനവന്റെ ചുറ്റുപാടുകളിൽ നിന്ന് സംവേദനമായി വരുന്നവയെ സ്വീകരിക്കുക, അതവിടെ കിടക്കും, ചിലപ്പോൾ പുറത്ത് വരും.

നിയതവും ഏറെക്കുറെ സ്ഥിരതയിലും കഴിഞ്ഞ ഒരു കാലഘട്ടത്തിന്റെ തലമുറയിൽപ്പെട്ട ആളാണ് ഞാൻ. അതുകൊണ്ടുതന്നെ ബന്ധങ്ങളുടെ ഊഷ്മളതയും ഹൃദ്യതയും വേണ്ടുവോളം അനുഭവിച്ചിട്ടുണ്ട്.

പത്താംക്ലാസ്സിൽ അവസാനിച്ച ഭാഷാപഠനത്തിന്റെ പോരായ്മയെക്കുറിച്ച് ഞാൻ തികച്ചും ബോധവാനാണ്. വീണ്ടും എന്തെങ്കിലും എഴുതാൻ പ്രേരകമായ ഒരു ചെറു അനുഭവക്കുറിപ്പ് ആദ്യം ചേർക്കുന്നു. എനിക്ക് ജീവിതം തന്ന സമൃദ്ധമായ ഓർമ്മകൾ ഇനിയും ഞാൻ പങ്കുവക്കും.

എന്തിനിങ്ങനെ ഒരു പുസ്തകം എന്നു ചോദിച്ചാൽ ഒറ്റ മറുപടി: ഒരു പൂതി, അത്രമാത്രം.

ഇതിന് കാരണവും പ്രേരണയുമായ സാഹചര്യങ്ങൾക്കും കുടുംബാംഗങ്ങൾക്കും ബന്ധുമിത്രാദികൾക്കും നന്ദി അറിയിച്ചുകൊണ്ട് ഈ 'വെറും' കുറിപ്പുകൾ തുന്നിക്കെട്ടി ഒരു പുസ്തകമാക്കി മാറ്റുന്നു.

സസ്നേഹം

മാധവൻ

തനി ഗ്രാമീണനും ആർദ്രനും ആവശ്യത്തിലേറെ സത്യസന്ധനും ഹൃദായാലുവും ലോകത്തിന്റെ നന്മകൾ ആഘോഷിക്കാനായി ജീവിക്കുന്നവനും തിന്മകൾക്കെതിരേ സദാ മുഷ്ടി ചുരുട്ടുന്നവനും ശൗര്യവും കാർക്കശ്യവുമെല്ലാം കണ്ണൂരുകാരുടെ 'ഒരം' എന്ന് വാദിക്കുന്നവനും സൈബർസംസ്കൃതിയുടെ അപമാനവീകരണത്തിൽ ഖേദിക്കുന്നവനും മാങ്ങയുടെയും ചക്കക്കുരുവിന്റേയും മണം അക്ഷരങ്ങളിൽ ചാലിക്കുന്നവനും ഒറ്റ, ഇരട്ട, അമ്പലം എന്നിങ്ങനെ പുതിയകാലത്തെ അമൂൽബേബികൾക്ക് അറിയാത്ത നാടൻ കളികളുടെ താളം നെഞ്ചിലേറ്റുന്നവനും ഫേസ്ബുക്ക് ബ്ലാക്ബോർഡോ, ചവറ്റുകൊട്ടയോ, മൈതാനമോ ആണെന്നു അറിയുന്നവനും നമ്മുടെ ഈ ഭൂമിയിൽ ഒരു ജീവിക്കും കേമത്തമില്ല എന്ന് കണ്ടറിഞ്ഞവനുമായ 'വെറും മാധവൻ' എന്ന കെ.മാധവൻ എഴുതിയ കുറിപ്പുകൾ വെറും കുറിപ്പുകൾ അല്ല.

എന്റെ ദേശമായ കോവൂരിനും ശ്രീകണ്ഠപുരത്തിനും തമ്മിൽ ഇപ്പോൾ ചെറിയ അകലമേയുള്ളൂ. പണ്ട് ഈ സ്ഥലങ്ങൾ തമ്മിൽ ഏറെ ദൂരമുണ്ടായിരുന്നു.ഞാൻ ഞാൻ എന്ന അഹംഭാവമില്ലാതെ ജീവിതത്തിനു മുന്നിൽ ഈ 'മാധവ പുരാണം' എന്റെ ആത്മകഥ കൂടിയാണ്.

ഞാൻ ഈ പുസ്തകത്തെയും മനുഷ്യനെയും നെഞ്ചോട് ചേർത്തു പിടിക്കുന്നു.

എൻ. ശശിധരൻ

കുറിപ്പുകൾ

തിരിച്ചുകിട്ടിയ പ്രതീക്ഷ

ഇന്ന് തെളിഞ്ഞുനിന്ന സായാഹ്നം എനിക്കും ഭാര്യക്കും ഒരു ഔട്ടിങ്ങിന്റെ പൂതിയുണ്ടാക്കി. അതും ഒരു ടൂവീലറിൽ കോഴിക്കോട് ബീച്ചിൽ കറങ്ങാൻ. ഞായറാഴ്ചയുടെ തെളിഞ്ഞ വൈകുന്നേരം, കടപ്പുറം ജനനിബിഡമായിരുന്നു. എല്ലാവരും ഉത്സവത്തിന്റെ മൂഡിലും. ഞങ്ങളും പ്രായം മറന്ന് കടലിന്റെ സൗന്ദര്യത്തിലും വിസ്മയത്തിലും പങ്കു ചേർന്നു. പിറകോട്ടുപോയ കാലത്തിന്റെ യൗവന സ്മരണകളിൽ ഓരോ ഐസുരുതി ആവാമെന്നു തീരുമാനിച്ചു. നാൽപ്പതു രൂപ പേഴ്സിൽ നിന്നെടുത്തു കൊടുത്ത്, എരിമധുരമുള്ള ഐസുരുതിയുടെ വൃത്തിയും രസതന്ത്രവും മറന്ന്, കടലിനും കടപ്പുറത്തിനും ചേർന്ന് ബാല്യവും യൗവനവും വീണ്ടെടുത്തു. പ്രിയപ്പെട്ട, എന്നും കാണുന്ന കോഴിക്കോട് ബീച്ച് പൂത്തുലഞ്ഞു നിന്നപോലെ തോന്നി. എല്ലാവരെയുംപോലെ അസ്തമയ സൂര്യനെ സാക്ഷിയാക്കി ചില സെൽഫികൾ. ഒട്ടേറേ നടന്ന് ചില വെള്ളച്ചാലുകൾ ചാടിക്കടന്നു മടങ്ങി. റോഡിൽ തിരിച്ചെത്തിയപ്പോൾ ഒരു വൃദ്ധൻ ലോട്ടറി ടിക്കറ്റുമായി മുന്നിൽ വന്ന് ദയനീയമായി ഒരെണ്ണമെടുക്കാൻ അഭ്യർത്ഥിച്ചു. ആവാമെന്ന് കരുതി പോക്കറ്റിൽ തപ്പിയപ്പോൾ പേഴ്സില്ല.

എവിടേയോ വീണു പോയിരിക്കുന്നു.. ടിക്കറ്റ് തിരിച്ചു കൊടുത്തപ്പോൾ അയാൾ പറഞ്ഞു, 'ഇനി എവിടെ കിട്ടാൻ.'

എങ്കിലും ഞങ്ങൾ മൊബൈൽ വെളിച്ചത്തിൽ ചുമ്മാ രണ്ടു കിലോമീറ്റർ അങ്ങോട്ടും ഇങ്ങോട്ടും നടന്നു.. ഒട്ടേറെ വണ്ടികൾക്കിടയിൽ നിന്നു ഞങ്ങൾ വാങ്ങിയ ഐസുരുതിക്കാരനെ കണ്ടുപിടിച്ചു കാര്യം പറഞ്ഞു. അയാളും അനുകമ്പ കാട്ടി പറഞ്ഞു, 'അത് കിട്ടില്ല. പിന്നെ

നാളേറ്റിങ്ങൾക്കു കിട്ടിയാൽ ലൈസൻസും എ ടി എം കാർഡും തന്നാലായി.'

എട്ടായിരത്തി ചില്ലാനം രൂപ, ഒറിജിനൽ ഡ്രൈവിങ് ലൈസൻസ്, രണ്ട് എ ടി എം കാർഡുകൾ, നാളത്തെ അജണ്ട മനസ്സിലുറപ്പിച്ച്, ജാള്യതയും നഷ്ടബോധവും മറച്ച് ഞാൻ ബീച്ചിലുള്ള സുഹൃത്തിന്റെ ഹോട്ടലിൽ കയറി. കാര്യം പറഞ്ഞു, കുറച്ച കടം ചോദിച്ചു. വെജിറ്റേറിയൻ തീവ്രവാദിയായിരുന്ന ഭാര്യയെ മറ്റൊരു ഹോട്ടലിൽ കൊണ്ടു പോകണമായിരുന്നു.

ഏറെ കാലത്തിനു ശേഷം കണ്ട സുഹൃത്തിനെ, അങ്ങനെയെങ്കിലും കണ്ട സന്തോഷത്തോടെ പണം തരുന്നതിനിടയിൽ ഒരു ഫോൺ കാൾ വന്നു.

'മാധവേട്ടനാണോ?'

'അതേ, ആരാ?'

'ഞാൻ മുഹമ്മദ്, നിങ്ങളിന്നു ബീച്ചിൽ പോയോ? വല്ലതും പോയോ?'

'പോയി, എന്റെ പേഴ്സ്, നിങ്ങൾ എവിടെനിന്നു വിളിക്കുന്നു?'

'നിങ്ങളുടെ വീട്ടിൽ നിന്ന്.'

'നിങ്ങൾക്കെങ്ങനെ കിട്ടി?'

'കടപ്പുറത്തുന്ന്,'

'എന്നിട്ട്?'

'നിങ്ങളുടെ ലൈസൻസ് അഡ്രസ്സ് നോക്കി ഞങ്ങളിവിടെ വന്നു. അയൽക്കാരനോട് നമ്പറ് വാങ്ങി വിളിക്കുകയാ.'

അരീക്കോട് മലപ്പുറത്തുകാരനായ മുഹമ്മദിന്റെ വിനയംനിറഞ്ഞ വാക്കുകളിൽ ഞാൻ അന്തംവിട്ടു.

ഞാൻ പറഞ്ഞു, 'മുഹമ്മദേ എനിക്ക് നിങ്ങളെ നേരിൽ കാണണം.'

'ഏയ്, അതൊന്നും വേണ്ടാ. ഇവിടെ കൊടുത്തു പോകാം.'

വാട്സ്ആപ്പിൽ തപ്പി ഞാൻ മുഹമ്മദിനോട് ഇങ്ങനെ പറഞ്ഞു: 'പ്രിയപ്പെട്ട മുഹമ്മദ്, പെഴ്സും പണവും മറ്റ് വിലപ്പെട്ട വസ്തുക്കളും കിട്ടി! എങ്ങനെ നന്ദി അറിയിക്കണമെന്ന് അറിയില്ല. ഒരിക്കലും തിരിച്ച കിട്ടുമെന്നു വിചാരിച്ചില്ല. ആയിരത്തിലധികം പേർ ഉണ്ടായിരുന്ന കോഴിക്കോട് ബീച്ചിൽ കളഞ്ഞു പോയ പേഴ്സുമായി വീട് അന്വേഷിച്ചു വന്ന്, എന്നെ വിളിച്ച്, അയൽക്കാരനെ ഏൽപ്പിച്ച നിങ്ങൾ ഈ കാലത്തിന്റെ പ്രതീക്ഷയും നന്മയും ആണ്. കാലം എത്ര മോശമാവുമ്പോഴും നിങ്ങളെപ്പോലെ ഉള്ള യുവാക്കൾ ഉള്ളിടത്തോളം മനുഷ്യബന്ധം നിലനിൽക്കും.

നഷ്ടപ്പെട്ട പേഴ്സ് മാത്രമല്ല, വരും കാലത്തെ പ്രതീക്ഷകൾ കൂടിയാണ് തിരിച്ചുകിട്ടിയത്. താങ്കളുടെയും സുഹൃത്തിന്റെയും ഫോട്ടോ ദയവായി അയച്ചുതരിക.'

എന്നിട്ട് മുഹമ്മദിന്റെ മറുപടി,

'നന്ദി സാർ.'

എന്റെ നാട്ടിലെ യുവാക്കളുടെ നന്ദിയും വിനയവും മനസ്സിന് പ്രതീക്ഷയും ആർദ്രതയും നൽകുന്നു.

വൃഥാ ഓർമ്മ

ഞങ്ങൾക്കൊക്കെ എന്നും വിശന്ന ബാല്യമായിരുന്നു. എല്ലാ കാര്യങ്ങളും ചെയ്യുമ്പോൾ അടുത്ത ഭക്ഷണ നേരത്തെക്കുറിച്ചായിരുന്നു ആലോചന. അക്കാലത്തു കുട്ടികൾ രണ്ടാം തരക്കാരാണ്. മുത്തച്ഛൻ, അച്ഛൻ തുടങ്ങിയ വി ഐ പികൾ കഴിഞ്ഞേ കുട്ടികൾക്ക് പ്രാധാന്യമുള്ളൂ. അതിലും എത്രയോ പിറകിലാണ് വച്ചുവിളമ്പുന്ന അമ്മമാരും കൂട്ടരും. ഒരാണി ശർക്കരയും ഒരു സ്പൂൺ പഞ്ചസാരയും ഞങ്ങൾക്കന്നു അപൂർവ്വലബ്ധിയാണ്.

ഗോതമ്പിന്റെ, വേണ്ടപോലെ അരയാത്ത ദോശ, പാലിന്റെ തുള്ളി വീണ ചായ, വച്ച ചക്കയോ (ചക്കപ്പുഴുക്ക്), മാങ്ങാക്കാലമായാൽ മാങ്ങാക്കൂട്ടാനും തന്നെ. നാലുമണി നേരത്ത് സ്കൂൾ വിട്ടുവന്നാൽ ഒരു മുറി ദോശ. സന്ധ്യാവന്ദനം ചെയ്യുമ്പോൾ ഓലന്റെയോ ചുട്ടുമുളേഷ്യത്തിന്റെയോ മണം പിടിച്ചാവും പ്രാർത്ഥന!

എന്തിനീ ദാരിദ്ര്യകഥ പറയുന്നു എന്ന് ഇന്നത്തെ കുട്ടികളോ യുവാക്കളോ ചോദിച്ചാൽ ഒരു മറുപടിയുണ്ട്: അതൊരു മഹത്തായ കാലമായിരുന്നു. സുരക്ഷിതവും പ്രതീക്ഷാനിർഭരവുമായ ഒരു കാലം. ഒരുപാട് താലോലിക്കപ്പെടാത്ത ബാല്യം. സമൃദ്ധികൾക്കിടയിൽ സ്വയം ബന്ധനസ്ഥനാവേണ്ടിവന്ന ഏകാന്തതയിലെ വൃഥാ ഓർമ്മകൾ.

അയവിറക്കൽ

ഓർമ്മകളിൽ ജീവിക്കാൻ തുടങ്ങുന്നത് പ്രായമാകുന്നതിന്റെ ലക്ഷണമാണ്. പുതിയ അനുഭവങ്ങൾ ഇല്ലാത്തതുകൊണ്ടോ മറ്റൊന്നിലും താൽപ്പര്യമില്ലാത്തതുകൊണ്ടോ ഒക്കെ ആയിരിക്കാം.

അയവിറക്കുക എന്ന് പറയുമ്പോൾ അമ്മിണി പശുവിന്റെ ഓർമ്മകൾ എങ്ങനെ വിട്ടുകളയും. പശുക്കൾ സാധുവായ ജീവികൾ ആണെന്ന കാര്യത്തിൽ ആർക്കും സംശയമില്ല. ഫാക്ടറി പോലത്തെ പശുക്കൾ വ്യാപകമാവും മുമ്പ് നൈസർഗിക വാസനയും വ്യക്തിത്വവും പ്രത്യേകതകളും ഒക്കെ പൈക്കൾക്കും കൽപ്പിച്ചിരുന്നു. ഞാൻ ഇന്നേവരെ കണ്ട ജീവികളിൽ ഇത്രയും സാധുവായ ജീവി അമ്മിണി പയ്യാണ്. ഞങ്ങൾ കുട്ടികൾക്കും അമ്മിണി പയ്യിനെ കറക്കാം. ചോട്ടിലൂടെ നൂണ് കളിക്കാം. പുറത്ത് ചാരി കിടക്കാം. വാലിട്ടുകണ്ണെഴുതിയ പോലുള്ള കരുണാർദ്രമായ കണ്ണുകൾ, കറുത്ത നിറം, നീണ്ട വാല്. എന്റെ ഓർമ്മയിൽ തന്നെ അമ്മിണി കുറേ പ്രസവിച്ചിട്ടുണ്ട്.

പശു പ്രസവിക്കുക എന്നാൽ വീട്ടിൽ, പ്രത്യേകിച്ചും കുട്ടികൾക്ക് അതൊരു ഉത്സവമാണ്. പൈക്കുട്ടിയെ തൊടാൻ, നനുത്ത പട്ടുപോലത്തെ ദേഹത്ത് തടവാൻ, കഴുത്തിലെ തൂങ്ങി നിൽക്കുന്ന മാലയിൽ തലോടാൻ, ഉമ്മ കൊടുക്കാൻ.

വൈകുന്നേരം സ്കൂൾ വിട്ടു വന്നാൽ നേരെ തൊഴുത്തിൽ പോയി കന്നുകുട്ടിയെ കാണും.

മുട്ടി കുടിക്കുന്ന അതിനെ നോക്കിയിരിക്കും. മഞ്ഞ നിറത്തിലുള്ള അപ്പി മാത്രമാണ് അരോചകം.

പെറ്റ പൈക്കൾക്ക് ശൗര്യം കൂടുമെന്നും ഒക്കെ പറയും. അമ്മിണിയ്ക്ക് അങ്ങനെ ഇല്ലേ ഇല്ല.

ആദ്യത്തെ കുറച്ചുനാൾ പാൽ തന്നെ കുട്ടികൾക്കും കാച്ചിത്തരും. 'അമ്മ എനിക്ക് കാച്ചിയ പാൽ തരും. അത് കുടിക്കാഞ്ഞാൽ അമ്മ കരയും' എന്നൊക്കെ ഒരു ക്ലാസ്സിൽ (രണ്ടിലോ മറ്റോ) ഒരു പാഠമുണ്ട്. അമ്മ കരയാൻ പോയിട്ട്, മുന്നിൽ വക്കും മുമ്പ് വലിച്ചു കുടിക്കും. പിന്നെ കുടിച്ചു മതിയായ, മുഖത്ത് നിറയെ പാൽനുരയുള്ള പൈക്കുട്ടിയോ ടോപ്പം ഉള്ള ഓട്ടമാണ്. കാലുകൾ പിറകോട്ടെറിഞ്ഞ് ഓടിച്ചാടുന്ന പൈക്കുട്ടികൾ നമുക്ക് സഹോദരങ്ങളെ പോലെ പ്രിയപ്പെട്ടവരാണ്. അതിനോടൊപ്പം എത്രനേരം വേണമെങ്കിലും കഴിഞ്ഞുകൂടാം. നാക്ക് പിടിച്ച് കഞ്ഞിവെള്ളം കുടിപ്പിക്കലും വള്ളിപ്പുല്ല് വായിൽ തിരുകലും ഒക്കെ ആസ്വദിക്കുന്ന ഉത്തരവാദിത്തങ്ങളാണ്.

പറമ്പിൽ ഒക്കെ മേഞ്ഞുവന്ന് വൈകുന്നേരം സമാധാനമായി കിട ന്നുകൊണ്ട് അയവെട്ടുന്ന അമ്മിണി പശുവിനെപ്പോലെയാണ് എന്റെ ഓർമ്മകൾ തികട്ടിയെടുത്ത് ആസ്വദിക്കൽ. ഓർമ്മകൾ നഷ്ടപ്പെടും മുമ്പ് ഇതൊക്കെ ഓർക്കുന്നതുകൊണ്ട് ആർക്കും ഒരു നഷ്ടവും ഇല്ലല്ലോ?

കുട്ടികളുടെ കളിക്കോപ്പുകൾ ഒക്കെയും പ്രകൃതിയിൽ നിന്ന് ശേഖ രിക്കുന്നവയോ പ്രകൃതി തന്നെയോ ആണ്. ഓലപ്പന്ത്,വാച്ച്,കണ്ണട, തത്ത,ഓലപ്പീപ്പി,പച്ചിലപ്പാമ്പ് ഇതൊക്കെ ഉണ്ടാക്കാൻ കുട്ടികൾക്ക് തന്നെ അറിയാം.

ചിലപ്പോൾ കൂടിയ ഐറ്റം ഉണ്ടാക്കുന്ന ചിലരൊക്കെ വന്നാൽ വലിയ ആദരവാണ്. ഓരോ കാലത്തിനും പ്രായത്തിനും ചേർന്ന കളികളും കളിക്കോപ്പുകളും കണ്ടെത്തും, അല്ലെങ്കിൽ ഉണ്ടാക്കും. മരത്തിന്റെ നിലംതൊട്ടു നിൽക്കുന്ന കൊമ്പുകളാണ് വണ്ടി. കുട്ടികൾ പിറകെയായി ഇരുന്ന് മുന്നിലിരിക്കുന്ന ഡ്രൈവർ ആഞ്ഞുകുലുക്കുന്ന താണ് ഓട്ടം. ഇടക്ക് ആളെ ഇറക്കലും കയറ്റലും ടിക്കറ്റും പണവുമൊ ക്കെ ഉണ്ട്. ഓരോ തരം ഇലകളാണ് ഒരോന്നും.

ഏഴാം വയസ്സിൽ ഹമ്മർ ഓടിച്ച മക്കളെപ്പറ്റി അഭിമാനംകൊ ള്ളുന്നവർക്ക് ഇതൊക്കെ അറുബോറായി തോന്നും. ഞങ്ങൾക്കിന്നും ഇതൊരു മനോഹരമായ ഓർമ്മ തന്നെ. ഓരോ കളികളും കാർഷികവും കാലാവസ്ഥയ്ക്കും ഉള്ള മാറ്റങ്ങൾക്കൊപ്പമാണ്.

കൊയ്ത്ത് കഴിഞ്ഞാൽ പഴുത്ത നെല്ലിൻതണ്ടിൽ ഉണ്ടാക്കുന്ന പീപ്പി. അതിന്റെ വിറക്കുന്ന വിളി കേട്ടുകൊണ്ടേ ഇരിക്കും. കുളക്കരയിൽ ചാഞ്ഞു വളർന്ന്, പിന്നെ മേലോട്ട് വളർന്ന ഒരു കവുങ്ങുണ്ട്. അതിനോട് ചേർന്ന് മറ്റൊരു കവുങ്ങും. ഇതാണ് വിമാനം. ഇതിൽ കയറാൻ

കുറച്ചു വലിയ കുട്ടികൾക്കേ പറ്റൂ. മരം അതിവേഗം കുലുക്കുന്ന വില്ലൻ പൈലറ്റുമാർ വന്നാൽ ചിലർ വീഴുകയൊക്കെ പതിവാണ്. അതൊക്കെ അവിടെത്തന്നെ പരിഹരിക്കും. ചെറിയ മുറിയൊക്കെ പറ്റിയാൽ കമ്മ്യൂണിസ്റ്റുപച്ചയും തെങ്ങിൻതിരിയിലെ പൊടിയുമൊക്കെ ആണ് മരുന്ന്. മാമ്പഴക്കാലവും വേനലവധിയും മാഞ്ചോട്ടിലാണ്. കവുങ്ങുകൾക്കിടയിൽ കെട്ടിയ പന്തൽ, കവുങ്ങിന്റെ പട്ട കൂട്ടിയിട്ട മെത്തഊഞ്ഞാൽ, സാറ്റ് കളി, കള്ളനും പോലീസും... പെൺകുട്ടികൾ വഴിയൊക്കെ അടിച്ചു വൃത്തിയാക്കി കൊത്തൻകല്ല്, കക്കുകളി ഒക്കെയാണ്.

വലിയ വീരന്മാർക്ക് ആസുരമായ ചില കളികളാണ്. ചടുകുടു (കബഡി) കളി, ഡപ്പകളി (ഇതിന്റെയൊക്കെ പേര് ഓരോ സ്ഥലത്തും ഓരോന്നാണ്. പൊട്ടിയ ഓടിന്റെ കഷ്ണങ്ങൾ അട്ടിയായി വച്ച് എറിഞ്ഞു വീഴ്ത്തണം. വീഴ്ത്തിയ ടീം അത് റീസെറ്റ് ചെയ്യണം. അപ്പോൾ മറ്റേ ടീം റബ്ബർപന്ത് കൈയിൽ കിട്ടിയാൽ ചൂടൻ ഏറ് തരും. ബോൾ അവരുടെ കൈയിൽ കിട്ടാതെ നോക്കി സെറ്റ് ചെയ്താൽ ഒരു കടം.)

കൗമാരക്കാരാണ് കുട്ടീംകോലും എന്ന അപകടകരമായ ആദി ക്രിക്കറ്റ് കളിക്കുക. തലമകളി(തലപ്പന്ത്)യൊക്കെഇപ്പോഴും ഉണ്ടോ എന്തോ. തലമ മൂന്നുവട്ടം,ഒറ്റ,ഇരട്ട,അമ്പലം... അവസാനം കാസിനിട്ടടി. ഇതൊക്കെ ഓരോ പ്രത്യേക രീതിയിലുള്ള പന്ത് അടികളാണ്. പിടിച്ചാലും കുറ്റി എറിഞ്ഞു കൊള്ളിച്ചാലും പുറത്താണ്. കളി പൊട്ടി എന്ന് പറയും. കള്ളക്കളിയും തർക്കവും പിണങ്ങിപ്പോകലും ഒക്കെ ഉണ്ടെങ്കിലും അതിലൊന്നും ആരും ഇടപെടില്ല.

മഴക്കാലമായാൽ നിറഞ്ഞ തോട്ടിലേക്കും കുളത്തിലേക്കും മാറും കളി. നീന്തൽ, ചാട്ടം, മലക്കം, വെള്ളം തേവൽ, മുങ്ങൽ മത്സരം, അങ്ങനെ പലതും. കലങ്ങിയ കണ്ണുമായി കയറിവരുമ്പോൾ ചീത്തയോ അടിയോ ഒക്കെ കിട്ടിയെന്നുവരും.

കളിക്കാനായി കുട്ടികൾക്കു വല്ലതും വാങ്ങിക്കൊടുക്കുന്ന പതിവില്ല. ആശാരിപ്പണി നടക്കുന്നുവെങ്കിൽ അവരുടെ പിറകെ കുറേ നടന്നാൽ പമ്പരമോ ഊഞ്ഞാൽ കെട്ടാനുള്ള പലക തുളച്ചു തരികയോ ഒക്കെ ചെയ്തുതരും. വളരെ സ്നേഹമുള്ള ഒരു ആശാരിയുണ്ട്. രാമൻ എന്നാണ് പേര്. കോളറില്ലാത്ത ഒരു ഹാഫ് സ്ലീവ് കുപ്പായവും മുക്കാലൻ മുണ്ടും, ബോബി ചെമ്മണ്ണൂരിന്റെ ഇപ്പോഴത്തെ വേഷം. ആളുടെ രണ്ടു പല്ല് നീണ്ടതും കൂർത്ത മുഖവുമാണ്. എലി ആശാരി എന്ന് അയാൾ കേൾക്കാതെ വിളിക്കും. കുറച്ചു വിക്കുമുണ്ട്. കുട്ടികളോട് സ്നേഹമുള്ള അയാൾ പണി നേരം കഴിഞ്ഞ് തിരിക്കുട്ടം ഒക്കെ ഉണ്ടാക്കി തരും. ഇപ്പോഴും എലിയാശാരിയുടെ വർത്തമാനവും ചിരിയും എന്റെ കണ്ണുന്നിൽ തെളിയുന്നു.

ഉച്ചയായി തുടങ്ങിയാൽ മൂപ്പര് തുടങ്ങും, 'ആ കഞ്ഞി ഇങ്ങെടുത്തോ.' കുട്ടികൾക്ക് എല്ലാത്തിനും ചീത്തയാണ്. പണിക്കിടയിൽ എന്തെങ്കിലും ആവശ്യപ്പെടുന്നതൊക്കെ വലിയ കുറ്റമാണ്. ഇതു പറഞ്ഞപ്പോൾ പഴയ ഒരു ഓർമ്മ കൂടി. നാലഞ്ചു വയസ്സുള്ളപ്പോൾ അതിഗൗരവക്കാര നായ എന്റെ ഒരു ബന്ധു ഒരു കളിപ്പാട്ടം വാങ്ങിക്കൊണ്ടുവന്നു. വാല് ഒരു പീപ്പി, അതിനു നീല നിറം. മൂന്നു നാലു പൊള്ളച്ച നിൽക്കുന്ന അറകളിൽ കിലുങ്ങുന്ന എന്തോ, ചുവപ്പാണ് നിറം. പിന്നെ കിരീടം പോലെയും കൊലുസ്സുകളും. ഒന്നുരണ്ടു വട്ടം കിലുക്കാനും ഊതിനോക്കാനും തന്നു. എന്നിട്ട് ഒരാണിയിൽ കെട്ടിത്തൂക്കി.

ഇതിനു ചുറ്റും സന്തോഷംകൊണ്ട് തുള്ളിച്ചാടിയ ഞാൻ അമ്മയെ സ്വാധീനിച്ച് അത് കുറച്ചു നേരത്തേക്ക് കൈയിൽ വാങ്ങി. ഒരു സ്വർഗം കൈയിൽ വന്നപോലെ. കിലുക്കിയും വിസിലൂതിയും അർമാദിക്കുന്ന തിനിടയിൽ ഒന്നോ രണ്ടോ കൊലുസ്സുകൾ വീണുപോയി. തിരികെ അമ്മയെ ഏൽപ്പിച്ച് അതിന്റെ ചോട്ടിൽ ഞാൻ ഉറങ്ങി. കാലത്തുണർന്ന് നോക്കിയപ്പോൾ ആ അമൂല്യവസ്തു അവിടെ ഇല്ല. രാത്രി വൈകി വന്ന ബന്ധു കൊലുസ്സ് പോയത് കണ്ടുപിടിച്ചു. ക്ഷുഭിതനായി ചോദ്യം ചെയ്തു. ഉറങ്ങിക്കിടക്കുന്ന പ്രതിയോടുള്ള പ്രതികാരം എങ്ങനെ തീർത്തെന്നോ? അത് വരാന്തയിൽ കൊണ്ടിട്ട് ചവിട്ടി പൊടിച്ചു.

അതിന്റെ ചിതറിയ കഷ്ണങ്ങളിൽ നോക്കി പൊടിഞ്ഞ ചോര ഇന്നും ഉള്ളിലുണ്ട്. നിസ്സാര വിലയുള്ള ആ പൊട്ടുന്ന പ്ലാസ്റ്റിക് കളിപ്പാട്ടത്തി ന്റെ ചിതറിയ കഷ്ണങ്ങൾ ആഗ്രഹിക്കുന്നതെല്ലാം കിട്ടുന്ന ഇപ്പോഴത്തെ കുട്ടികൾക്ക് വേണ്ടിയും കുട്ടികളെ കുട്ടികളായി കാണുന്ന രക്ഷിതാക്കൾ ക്കുമായി സമർപ്പിക്കുന്നു.

കുറേ അധികമായി. നിർത്തുന്നു.

മഴ ഓർമ്മകൾ

വാർധക്യത്തിലേക്ക് നടന്നുനീങ്ങുമ്പോൾ കൗതുകങ്ങൾ കുറയും. സ്വപ്നങ്ങൾക്ക് നിറം മങ്ങും. ഏകാന്തതകളിൽ പിറകോട്ട് നടക്കാൻ തോന്നും. ഓർമ്മകൾ രേഖപ്പെട്ടുവരാൻ തുടങ്ങിയത് എന്നാണാവോ. മനസ്സിലേക്ക് വീണ മഴക്കാലം ഒന്നും ഭീതിയുടേതായിരുന്നില്ല. സ്കൂളടച്ച് മാങ്ങാക്കാലവും ഉത്സവവും കഴിഞ്ഞ് കുളത്തിലും കിണറ്റിലും നിരപ്പ താഴുമ്പോൾ മുത്തശ്ശി പറയാൻ തുടങ്ങും, 'ഇത്തവണ മഴ ഇല്ലേ. എങ്ങനെയാ ഉണ്ടാവ്വാ. അത്രക്ക് അല്ലേ മനുഷ്യന്റെ അഹംമതി.' ചൂട് കൂടുമ്പോൾ ആണുങ്ങൾ കിടപ്പ് വരാന്തയിലേക്കു മാറ്റും. കുട്ടികളും കോസടി കിടക്കയുമായി നിരത്തി വിരിച്ച് കിടക്കും. ചൂടിനെ പ്രാകിയും വെടിപറഞ്ഞും മുത്തച്ഛന്മാരും മറ്റുള്ളവരും വിശ്രുപാളയിൽ ആശ്വാസം കാണും. വിചാരിക്കാതെ ആകാശത്തുനിന്നും വെളിച്ചം തെളിയും. മിന്നലിന്റെ പിറകെ പട പടാ എന്ന് വെടിക്കെട്ടും. തെങ്ങോലകളിലും കവുങ്ങിലും കാറ്റുപിടിക്കും. ഉണങ്ങിയ തേങ്ങ വീഴും. നാലഞ്ചു തുള്ളി വീണ് പിന്നെ ശാന്തമാവും. മുതിർന്നവർ പറയും: 'അത് കാറ്റ് കൊണ്ടുപോയി. നമ്മൾക്ക് ഭാഗ്യമില്ല. രണ്ടു നാൾ കഴിഞ്ഞ് ഉച്ച കഴിഞ്ഞ് വെടിക്കെട്ടും കാറ്റും വരും. ഇരുണ്ട ആകാശത്തുനിന്ന് തുള്ളികൾ വീഴും. കുട്ടികളോട് മുത്തശ്ശിമാർ പറയും, 'മക്കളേ വിളിച്ചോളൂ, ഗോവിന്ദാ ഗോവിന്ദാ ഹരിഗോവിന്ദാ.' ഞങ്ങൾ ആർത്തുവിളിക്കും. മഴ പുതുമഴയായി വരണ്ട മണ്ണിൽ വീഴുമ്പോളുള്ള മണം, അത് ഒരു ഉന്മാദമാണ്. പിന്നെ വീണ്ടും വീണ്ടും ഇടിവെട്ടും മഴയും. കുട്ടികൾക്ക് എല്ലാം ഉത്സവങ്ങളാണ്. പാടത്തും പറമ്പത്തും പുല്ല് മുളക്കും. അപ്പോഴേക്കും സ്കൂൾ തുറക്കും. പുതിയ കുടയുടെ മണം ഇപ്പോഴും

ഓർമ്മയിലുണ്ട്. മഴയത്ത് ചാടി കളിക്കുമ്പോൾ ശാസനകൾ വരും. എന്നാലും കളി തന്നെ കളി. നിറയുന്ന കുളങ്ങളിൽ തെളിഞ്ഞ വെള്ളത്തിൽ എത്രയോ നേരം. കലങ്ങിയ കണ്ണുമായി വരുമ്പോൾ വീണ്ടും ചീത്ത. ഓടിട്ട മേൽക്കൂരയിൽ പൊട്ടിയിടത്തുകൂടിയും ഓടുകൾക്കിടയിലൂടെയും ചോർന്നൊഴുകും. ഓലയും പാളയും കയറ്റിവച്ച് കുറെ അടക്കും.

മഴ തകർത്തു പെയ്യുമ്പോൾ പുഴ നിറയും. എല്ലാ കുഴികളും കുളങ്ങളാവും. കർക്കിടകം ഏഴാം നാളിലും പതിനാറാം നാളിലും കോള് തന്നെ. ആടിയും വേടനും വരും. കിണ്ണംമുട്ടി പാട്ടും, 'പുലിക പുലിക എന്ന് പാടുന്നേൻ ഇവിടെ പൊലിക സ്ഥാനം പൊലിക...'

മുറത്തിൽ ധാന്യങ്ങൾക്കും വസ്ത്രത്തിനുമൊപ്പം ജ്യേഷ്ഠയേയും അവർ കൊണ്ടുപോകും. വെള്ളം പൊങ്ങുന്നതാണ് മറ്റൊരു ഉത്സവം. പുഴയും തോടും നിറഞ്ഞ് വയലിലും റോഡിലും മലവെള്ളം കയറും. സ്കൂളവധിയാകും. വെള്ളം കയറിയത് കാണാൻ പോവും. റോഡിലും വയലിലും തോണി ഇറങ്ങും. മലവെള്ളത്തിൽ ഒഴുകി പോവുന്ന തടികളും വാഴയും എണ്ണും. വെള്ളിത്തിലിറങ്ങുമ്പോൾ കിട്ടിയ ഉറുമ്പുകടിയുടെ വേദന ഇപ്പോഴും പോയിട്ടില്ല. മുറ്റം നിറയെ മഞ്ഞയും കറുപ്പും ചോപ്പും കലർന്ന ഞണ്ടുകൾ എത്തും. അവരുടെ മാളങ്ങളിലൂടെയും മറ്റു പലയിടത്തും ഉറവകൾ വരും. ചാടിവീഴുന്ന നീർച്ചാലുകളിൽ പപ്പായത്തണ്ടുകൾ മുറിച്ച് ഹൈഡ്രോ വീലുകൾ സ്ഥാപിക്കും. മല വെള്ളം കയറിയാൽ പിന്നെ ചർച്ച അത് മാത്രമാണ്. ഇക്കൊല്ലം എത്ര പറയാ വെള്ളം. കണിയാൻ പറഞ്ഞത് ഒന്നോ മൂന്നോ എങ്കിൽ ഭയങ്കരാവും. ഇരട്ട സംഖ്യ ആണെങ്കിൽ കുറവും. പിന്നെ തൊണ്ണൂറ്റിയൊമ്പതിലെ വെള്ളപ്പൊക്കത്തിന്റെ പൊടിപ്പുംതൊങ്ങലും ചേർന്ന കഥകൾ, ഇതൊക്കെ വെറും ഓർമ്മകൾ മാത്രം. പ്രത്യേകിച്ച് കഥ ഒന്നുമില്ല. ഇന്ന് ചെളിപ്പാടങ്ങളും കന്നും പൂട്ടുകാളകളും ഒന്നുമില്ലാത്ത, കൊയ്ത്തുപാടത്തിന്റെ മണമില്ലാത്ത വാർദ്ധക്യത്തിൽ അയവിറക്കുന്ന വെറും കൗതുകങ്ങൾ മാത്രം. അക്കാലത്ത് പ്രകൃതിയെ ആരും പേടിക്കുകയായിരുന്നില്ല. ആശ്ലേഷിക്കുകയായിരുന്നു.

ആ പുഴകൾ ആഴമില്ലാതെ വേനലിൽ മരിച്ച്, പേമാരിയിൽ ഗതിമാറി അങ്ങാടിയും തെരുവും കയ്യടക്കുന്നതു ഞാൻ ടെലിവിഷനിൽ കാണുകയാണിപ്പോൾ. കുടപിടിച്ചു നിന്ന് ശ്വാസം വിടാതെ അവതാരകർ, മറ്റൊരു ദുരന്ത ഉത്സവത്തിന്റെ ദൃക്സാക്ഷി വിവരണം പൊടിപൊടിക്കുന്നു.

ആരാണ് തെറ്റുകാർ? പ്രകൃതിയോ സർവം മറക്കുന്ന നമ്മളോ???

ഓർമ്മകളുടെ പാടം

വയലുകൾക്ക് എപ്പോഴും ജീവനുണ്ടായിരുന്നു. വയലൊരുക്കുമ്പോഴും വരമ്പൊരുക്കുമ്പോഴുമെല്ലാമെല്ലാം. ഒരർത്ഥത്തിൽ സദാ ഉത്സവം നടക്കുന്ന ഇടമായിരുന്നു വയലുകൾ. വയലുകളെ ഓർത്തെടുക്കുമ്പോൾ എവിടെ തുടങ്ങും എവിടെ അവസാനിപ്പിക്കും എന്നറിയില്ല. ബാല്യത്തിന്റെ നാദ,ഗന്ധ, സ്പർശങ്ങൾക്ക് കാലങ്ങൾക്ക് ശേഷവും ഉണർവ്വുണ്ടായിരിക്കും.

മഴ തുടങ്ങിയാൽ തോടുകൾ നിറയും. മ്പം മ്പം... എന്ന് തെളിക്കുന്ന പൂട്ടുകാളകൾക്ക് പിന്നിൽ അതിനെ ചീത്ത വിളിച്ചും തല്ലിയും കാലിക്കാർ പാടം പൂട്ടുന്ന കാഴ്ച നോക്കിയിരിക്കുമ്പോൾ മനസ്സും ഉഴുതുകൊണ്ടിരിക്കും. പാളത്തൊപ്പിയും ചെളിയിൽ പുതഞ്ഞ തോർത്തുമുണ്ടും യൂണിഫോം പോലെയാണ്. വിശാലമായ പാടങ്ങളിൽ എത്രയോ ആൾക്കാർ, കന്നുകൾ. വീതിയുള്ള വായ്കോട്ടുകൊണ്ട് വരമ്പ് ചെത്തി വീണ്ടും പിടിപ്പിക്കുന്നവർ. ആകപ്പാടെ ആവേശമുണർത്തുന്ന ചെളിയുടെ ഗന്ധം മാത്രം.

കാട്ടുപറമ്പുകളിൽ നിന്ന് അരിഞ്ഞു കെട്ടാക്കിയ പച്ചിലത്തോലിന്റെ കെട്ടുകൾ പെണ്ണുങ്ങൾ ഓരോ കണ്ടത്തിലും അവിടവിടെ കൂട്ടിയിടും. ഓരോ കൈപ്പിടിയെടുത്ത് കത്തിയാൾ(കൊട്ടുവാൾ)കൊണ്ട് മരക്കുറ്റിയിൽ വച്ച് തറിച്ചിടുന്നത് പോലും കലാപരമാണ്. പാതി ചീഞ്ഞു ചൂടായ പച്ചിലത്തോലിനുമുണ്ട് മാദകമായ ഒരു ഗന്ധം.

മരം വടിക്കുന്ന കാഴ്ചയാണ് യഥാർത്ഥ ഉത്സവം. മരത്തിന്റെ പടിയിൽ നിന്ന് കാലികളെ ഓടിച്ച് പാടം ഞാറ് നടാൻ തയ്യാറാക്കുന്ന കാഴ്ച കാണാൻ ഇന്നത്തെ കുട്ടികൾക്ക് ഭാഗ്യമുണ്ടായില്ല.

തെറിക്കുന്ന ചെളിയും ചെളിമണവും ആരേയും രോഗികൾ ആക്കിയില്ല. ഞാറ് പറിച്ച കെട്ടാക്കി അറ്റം മുറിച്ച കഴുകുമ്പോൾ തോടുകൾ ചുവക്കും. കെട്ടുകൾ കൂട്ടായിയടിച്ച കഴുകുന്ന വാല്യക്കാരും നാട്ടിക്കാരായ പെണ്ണുങ്ങളും തമ്മിലുള്ള കുശലവും പൊട്ടിച്ചിരിയും ഒന്നും സദാചാര വിരുദ്ധമായി കണ്ടിരുന്നില്ല.

നാട്ടിപ്പാട്ടും കളക്കുടയും വരിവരിയായി കുത്തിയ ഞാറും മനസ്സിൽ കുത്തിയപോലെ ഇന്നും.

വെള്ളം തിരിച്ചും ലെവലിൽ നിർത്തിയും നാൾക്കുനാൾ വളരുന്ന നെല്ലിൻ ചെടികൾ മറ്റൊരു ഉന്മാദമാണ്. ഒരു വയലിൽ നിന്ന് മറ്റൊന്നിലേക്ക് ചാടുന്ന വെള്ള കണ്ടിക്കരികിൽ നിന്നാൽ സംഗീതം കേൾക്കാം. പ്രകൃതിയുടെ ജലതരംഗം. ഒഴുക്കിനെതിരെ നീന്തുന്ന കണ്ണിമീനുകൾ. ചാടി കറങ്ങി ആഘോഷിക്കുന്ന തവളകൾ. കൂട്ടമായി എത്തുന്ന വെള്ള കൊറ്റികൾ.

കളപറിക്കലും വളമെറിയലും ഒക്കെ തുടർചടങ്ങുകളാണ്. അരോചകമായ ഗന്ധവും ഓർമ്മകളും മരുന്നടിയുടേതാണ്. പുറത്ത് പേടകവും കയ്യിൽ കുഴലുമായി നെല്ലിനിടയിലൂടെ വിഷം ചീറ്റി നടന്ന ആരോഗ്യവാൻ നാൽപ്പതു കഴിഞ്ഞപ്പോൾ മരിച്ചപോയ കഥയും ഇടക്ക് ഓർമ്മ വരുന്നു. ശ്വാസം മുട്ടിക്കുന്ന കീടനാശിനിഗന്ധവും പിന്നീടങ്ങോട്ട് ചത്തു മലർന്ന മീനുകളും തവളകളും ചിലപ്പോൾ കൊറ്റികളും ദുർഗന്ധത്തിന്റെ നരകഭൂമി പോലെ ആവും. പിന്നെ വയൽവഴി കുറച്ചുനാൾ പോവില്ല.

ചില പൊട്ട ഓർമ്മകളിൽ നിന്ന് വിട്ടുപോയ ചില ഉത്സവങ്ങളിലേക്കു മടങ്ങാം.

കാലി തുറന്നാൽ (പൂട്ട നിർത്തിയാൽ) തുറന്നു വിടുന്ന കാളകളുടെ കളി, അവർക്കുള്ള പച്ചപ്പുല്ല്, ഇളംചൂടുള്ള കഞ്ഞിവെള്ളം. കൂർത്ത കൊമ്പും നീണ്ട കാലും ഉള്ള മൈലനും ചട്ടനും പാണ്ടനും വേലുവും കൊടിയനും ഒക്കെ ഞങ്ങളുടെ ആരാധനാപാത്രങ്ങളാണ്. മരമടിക്കുന്ന കുഞ്ഞിരാമൻ അതിലേറെ. നിരന്നിരുന്നുള്ള ചായകുടിയും കപ്പയോ ചക്കയോ കഞ്ഞിയോ ഒക്കെ ശരിക്കും ഒരാഘോഷം തന്നെ.

മധുരമിടാത്ത കേളാന്തരം ചായയും കടിക്കാൻ ഓരോ ആണി വെല്ലവും. അതൊക്കെ കഴിക്കുന്ന കണ്ടാൽ ഇപ്പോഴും വെറുതെ കൊതി തോന്നും. കുരുത്തംകെട്ട മൂരികൾ പൂട്ടിനിടയിൽ പുല്ല് തിന്നാൻ നിന്ന് കളയും. അതിന് ഓലകൊണ്ട് മെടഞ്ഞ മോന്തക്കൊട്ട കെട്ടും. കോവിഡ് മാസ്ക് പോലെ.

കാളയുടെ കളിപ്പിക്കലും പണിയായുധങ്ങളുടെ കഴുകലും ഒക്കെ ചിട്ടപ്പടിയാണ്.

നെല്ല് കതിരിട്ടാൽ മറ്റൊരു സുഗന്ധമാണ്. തേനീച്ചകൾ, വണ്ടുകൾ, ശലഭങ്ങൾ, ഒരുപാട് അതിഥികൾ. ആഴ്ചകൾകൊണ്ട് നെൽകതിരുകളിൽ, പച്ച നെല്ലിൽ, പാല് നിറയും. അത് ഊരിയെടുത്തു ചവച്ചുനോക്കും ആരും കാണാതെ. പിന്നെ ഉറച്ച് മൃദുവായി, പിന്നെ കരിംപഴക്കയായി സ്വർണനിറമുള്ള കതിരാവും. എല്ലാ അവസ്ഥയും മുൻനിരപ്പല്ലിൽ ഇട്ട് മുതിർന്നവർ കാണാതെ അറിയും. തൊണ്ടയിൽപ്പോയ ചൂളി ചുമച്ചു പുറത്തു ചാടിക്കും. നെല്ലോലകൾ ഉണങ്ങിയിരിക്കുന്നു. കനംകൊണ്ട് തൂങ്ങിയ കതിരുകൾ. അപ്പോഴേക്കും മാനം തെളിഞ്ഞിട്ടുണ്ടാവും. പാടവരമ്പിൽ പുല്ലരിയുന്നവരും ഏളയെ(പ്രാവിൻ കൂട്ടം) പാട്ട കൊട്ടി തെളിക്കുന്നവരും ഉണ്ടാവും. പുന്നെല്ലിന്റെ മണമുള്ള സ്വർണ്ണക്കാഴ്ച്ച പാടവരമ്പിലെ പുളിയുള്ള പുല്ല് ചവച്ചുകൊണ്ട് കാണട്ടെ. കൊയ്ത്ത് ഇപ്പോൾ പറഞ്ഞാൽ ആ സുഖം പെട്ടെന്ന് തീർന്നുപോവും. ഉൽസവങ്ങളുടെ പാടങ്ങൾ മനസ്സിൽ ഇന്നും നിറഞ്ഞു നിൽക്കുന്നുണ്ട്.

കൊയ്ത്ത്

എന്തിനാണ് ഈ പഴങ്കഥകൾ, ഓർമ്മകൾ, ഇങ്ങനെ അടിച്ചേൽപ്പിക്കുന്നത് എന്ന് തോന്നുന്നവർ ഉണ്ടാവാം. കാലമെപ്പോഴും ഒരുപോലെ അല്ലല്ലോ. അല്ല അങ്ങനെ ആവണമെന്ന് വിചാരിക്കുന്നുമില്ല. പക്ഷേ ഓരോരാൾക്കും അവരവരുടെ അനുഭവങ്ങൾ വിലപ്പെട്ടതാണ്. ഇതാണോ അരിയുണ്ടാവുന്ന ചെടി എന്ന് മകൾ ചോദിച്ച തമാശയിൽ അഭിമാനിക്കുന്ന രക്ഷിതാക്കളെയും ഞാൻ കണ്ടിട്ടുണ്ട്. ഈ ലോക്ഡൗൺ കാലത്ത് വേറെ പണിയില്ലാതിരിക്കുമ്പോൾ അവനവനിലേക്ക് മനസ്സ് ഇറങ്ങുന്നത് സ്വാഭാവികമാണല്ലോ. ഇതിലൊന്നും ഒന്നും ന്യായീകരിക്കുകയോ പഴമയുടെ മഹത്വം ഉദ്ഘോഷിക്കുകയോ അല്ല ഉദ്ദേശം. വായിക്കുന്നവർക്ക് വായിക്കുകയോ അവഗണിക്കുകയോ ആകാമല്ലോ?

കൊയ്ത്തിനു മുമ്പേ കളംപണി നടക്കും. മഴകുറഞ്ഞാൽ പിന്നെ അവിടെയും ഇവിടെയും നിന്ന് പഠെ പഠെന്നു കളം ചായ്ക്കുന്ന ശബ്ദം കേൾക്കാം. മിക്കയിടത്തും വീട്ടുമുറ്റത്താണ് കളമുണ്ടാക്കുക. കിളച്ച് മണ്ണ് നിരപ്പാക്കി നിലംതല്ലി കൊണ്ട് തല്ലി ഉറപ്പിക്കുകയാണ് രീതി. നിലംതല്ലി എന്ന് വച്ചാൽ ഭാരമുള്ള ഒരു മര ഉപകരണമാണ്. നീണ്ട കൈപ്പിടിയും കട്ടിയുള്ള പലകയുമായി കാഞ്ഞിരത്തിന്റെ ഒറ്റത്തടിയിൽ ഉണ്ടാക്കുന്ന തല്ലി ആഞ്ഞടിക്കാൻ നല്ല ആരോഗ്യവും പരിചയവും വേണം. ഇതൊക്കെ എല്ലാ വീട്ടിലും ഉണ്ടാവില്ല. കൊടുത്തും വാങ്ങിയും ഒക്കെ ഒപ്പിക്കുകയാണ്. അതിനു വാടകയൊന്നുമില്ല. ഉള്ളവർ കൊടുക്കും, അതാണ് രീതി. അരികും വരമ്പും നേരെയാക്കാൻ കൈനിലംതല്ലി എന്ന അതിന്റെ കുട്ടി രൂപങ്ങൾ ഉണ്ട്. പിന്നെ ചാണകം പലവട്ടം

മെഴുകി കീറലും കുഴികളും അടക്കും. ആഘോഷം എന്ന വാക്ക് ഞാൻ ഇടക്കിടെ മനഃപൂർവ്വം പറയുന്നതല്ല, അത് അങ്ങനെ തന്നെയായിരുന്നു. വൃത്തിയുള്ള മുറ്റം കുട്ടികൾക്ക് കളിക്കാനുള്ള ആവേശമാണ്. ഒപ്പം ഒരുപാട് ചീത്തയും കിട്ടും. എല്ലാം നശിപ്പിക്കുന്നു എന്നാണ് എപ്പോഴും മട്ട്.

കൊയ്ത്തിനു കണ്ണൂരുകാർ 'മൂർച്ച' എന്നാണ് പറയുക. രതിമൂർച്ഛ എന്നൊക്കെ പറഞ്ഞു മറ്റുള്ളവർ കളിയാക്കുന്നു കേട്ടിട്ടുണ്ട്. കണ്ണൂർക്കാർ പൊതുവെ ഗോത്രവർഗ്ഗക്കാരുടെ നിഷ്ഠപോലെ ഒന്നും മാറ്റാറില്ല, സംസാരരീതിയും ശീലങ്ങളും. സത്യത്തിൽ അതൊരു ആനന്ദമൂർച്ഛ തന്നെയായിരുന്നു. ഒരു കൂട്ടരുടേത് കഴിഞ്ഞാണ് മറ്റൊരാളുടേത് തുടങ്ങുക. കൊയ്ത്തിന്റെ കാര്യത്തിൽ പെണ്ണുങ്ങൾ തമ്മിൽ മത്സരമാണ്. മൂർന്ന് കൂട്ടി കറ്റ കെട്ടി കളത്തിൽ എത്തിക്കുന്നത് അവരുടെ ഉത്തരവാദിത്വമാണ്. മൂർന്ന് കിട്ടിയ നെല്ലാണ് പഞ്ഞകാലത്തേക്കുള്ള സമ്പാദ്യം.

കറ്റകൾ രണ്ടു വിധമുണ്ട്. സാധാരണ കറ്റയും പതകറ്റയും. പതകറ്റ മറ്റേതിന്റെ മൂന്നിരട്ടിയെങ്കിലും വരും. അതൊന്നും തോന്നിയപോലെ അല്ല. അനുപാതവും കണക്കും ഒക്കെ ഉണ്ട്. മുതലാളിക്ക് പണി കൊടുക്കാൻ പറ്റിയ ഒരു ഐറ്റമാണ് പതകറ്റ. കതിര് തന്നെ അരി ഞ്ഞെടുത്ത് ഉള്ളിൽ വച്ച് പത കറ്റ കെട്ടിമുറുക്കുന്ന മിടുക്കികളും ഉണ്ട്. കറ്റയെണ്ണുന്ന ആൾ പതകറ്റ ചവിട്ടിപ്പിടിച്ച് വലിച്ചൂരും. കൂടെ കതിർ മണികളും ചോർന്നുവീഴും. ഇതിന്റെ പേരിൽ പെണ്ണുങ്ങളുമായി മുട്ടൻ കലപിലയും വക്കാണവും പതിവാണ്. സത്യത്തിൽ കഷ്ടം തോന്നും. മൂർച്ച കഴിഞ്ഞാൽ കറ്റകൾ കൂട്ടിയിട്ട കളത്തിൽ സമൃദ്ധിയുടെ ഗന്ധം നിറയും. പുന്നെല്ലിന്റെ മണം ഒരു മൂർച്ഛ തന്നെയാണ്.

കറ്റകൾ കല്ലിൽ തല്ലിയും മെതിച്ചും മണിയാക്കി മാറ്റും. ഉണക്കലും വൃത്തിയാക്കലും ഒക്കെ ദിവസങ്ങളോളം ഉള്ള പരിപാടികളാണ്. വിരിച്ചിട്ട നെല്ല് കാലുകൊണ്ട് ഉഴുതും വിത്തുട്ടി(നീണ്ട കൈപ്പിടി ഉള്ള ഒരു മരപ്പലക)കൊണ്ട് വലിച്ചുകൂട്ടിയും ഉണക്കി എടുക്കും. വേര് മാച്ചി എന്ന കുറ്റൻ ചൂലുകൊണ്ടാണ് നെല്ല് അടിച്ചുകൂട്ടുക. ഒപ്പം മഴ പെയ്യാതിരിക്കാനുള്ള പ്രാർഥനകളും.

നെല്ല് തൂറ്റുക എന്നാൽ നെല്ലും പതിരും വേറെയാക്കലാണ്. ഉണങ്ങിയ നെല്ല് മുറത്തിലോ കൊട്ടയിലോ ആക്കി രണ്ടു വശത്തുനിന്നും ചൊരിയുമ്പോൾ തൊപ്പിക്കുടകൊണ്ടോ മുറം കൊണ്ടോ ഒക്കെ വീശുക. അതാണ് ഈ നെല്ല് തൂറ്റൽ. മുറം വീശുന്നത് അശ്രീകരം എന്ന വിശ്വാസവും ഉണ്ട്. നെല്ല് തരം തിരിച്ച് വിത്തുനെല്ല് ആദ്യം പത്തായത്തിൽ. പിന്നെ നല്ല നെല്ല്. നിറഞ്ഞ അരി ഇല്ലാത്ത പാതി നെല്ലിന് വന്നല എന്നാണ് പറയുക. സ്വാദ് കുറഞ്ഞാലും അതൊന്നും കളഞ്ഞുകൂടാ. പുഴുങ്ങി കുത്തി ഉണ്ടോളണം.

എത്ര പറ നെല്ല് കിട്ടിയാലും നേര് പറയില്ല. അടുത്ത വിളവിനു കുറഞ്ഞു പോവുമോ എന്ന പേടി.

പിന്നെ വൈക്കോൽ അട്ടി വക്കലായി. വിരിപ്പ് നെല്ലിന്റെ പുല്ല് ഏതെങ്കിലും മരത്തിന് ചുറ്റും കൂനയാക്കും. പുഞ്ചനെല്ലിന്റെ കറ്റകളുടെ അടുക്കും, പൈക്കൾക്കും കാളകൾക്കും ഒക്കെ ഉള്ള കരുതൽ,

ഇതൊക്കെ കുറേ കാലത്തെ എന്റെ നാട്ടിലെ കഥകളാണ്. ഓരോ നാട്ടിലും ഓരോ രീതിയും പേരും പ്രയോഗങ്ങളും ഉണ്ടാവും.

പക്ഷേ ഒരു കാര്യം ഉറപ്പാണ്. പരുക്കൻ മട്ടുള്ള കൃഷിക്കാർ എല്ലായിടത്തും നിഷ്കളങ്കർ തന്നെ. കൂട്ടായ്മയിൽ വിശ്വസിച്ചവർ. കരുതലിനും വരും തലമുറക്കും വേണ്ടി ജീവിച്ചവർ. ആബാലവൃദ്ധം ആസ്വദിച്ചപോന്ന ഈ കാർഷിക ജീവിതത്തിൽ ആരും ചെളികൊണ്ടു രോഗികളാവുകയോ പൊടികൊണ്ടു ചൊറിഞ്ഞു നടക്കുന്നതോ കണ്ടിട്ടില്ല. ഉണ്ടാവുമായിരിക്കാം. കാലിത്തൊഴുത്തും ചാണകവും പുല്ലും ഒക്കെ ചേർന്ന സമൃദ്ധമായ ഗ്രാമങ്ങളിൽ നേരത്തെ പറഞ്ഞപോലെ ഗോത്രവർഗ്ഗ ശീലങ്ങൾ പോലെ, എല്ലാം നിശ്ചയിക്കപ്പെട്ടപോലെ ആയിരുന്നു.

ആനന്ദത്തിന്റെ മൂർച്ഛകൾ അനുഭവിച്ച ഒരുപാട് കൂട്ടായ്മകളും ജൈവപരമായ പങ്കുവക്കലും ഉണ്ടായിരുന്നു. ടില്ലറും ട്രാക്ടറും കൊയ്ത്തുയന്ത്രവും ഒക്കെ വന്നുകഴിഞ്ഞു. അത് നല്ല ഒരു മാറ്റമാണ്. അദ്ധ്വാനത്തിന്റെ ദുർവ്യയം ഒഴിവാക്കേണ്ടതും ജീവിതം സുഖകരമാകേണ്ടതും തന്നെ. എന്നിട്ടും തരിശുനിലങ്ങളെ കൊടികുത്തിയും സമരം ചെയ്തും നിലനിർത്തേണ്ടി വരുന്നു. ഓർമ്മകളെ യുക്തികൊണ്ട് ചോദ്യം ചെയ്യരുത്.

ബാല്യകാല വിശിഷ്ട ഭോജ്യങ്ങൾ

ഉണ്ണിമാങ്ങ എറിഞ്ഞിട്ട് കടിച്ചുപിളർന്ന് വെളുത്ത അണ്ടി പെരുവിരൽ കൊണ്ട് തോണ്ടിക്കളഞ്ഞു വെറുതെയും, വെളിച്ചെണ്ണയിൽ മുക്കിയ കല്ലുപ്പ് ചേർത്തും കറു മുറാ... ഇത്തിരി കൂടി മൂത്താൽ എറിഞ്ഞിട്ട് അമ്മി ക്കല്ലിൽ എറിഞ്ഞ് പൊട്ടിക്കുക. ചിതറിയ കഷ്ണങ്ങൾ ആദ്യവും പിന്നെ ഉപ്പും മുളകുപൊടിയും വെളിച്ചെണ്ണയും ചേർത്ത് ചതു ചതാന്ന്. പിറ്റേന്ന് പല്ലു തേക്കാൻ ലേശം പാടാവും. ഉച്ച നേരമാണ് അത്യുത്തമം. വലിയവർ മയക്കത്തിലാവും. വെള്ളരി പാടത്തു നനക്കാൻ സഹായിക്കുക എന്ന വ്യാജേന മുതിർന്നവർക്കൊപ്പം പോവുക. സൂത്രത്തിൽ കുരുന്നു വെള്ള രിക്ക പറിച്ചു ട്രൗസറിൽ ഉരച്ചു കറ കറ... കയ്യൻ വന്നുപെട്ടാൽ പണി പാളും. പച്ച വെള്ളരിക്ക കീറിയത് ഇലയിൽ നിരത്തി വക്കുക. ചുട്ട മുളക് പൊടിച്ചതും ഉപ്പുപൊടിയും വിതറി നാലു കടി !

കറിക്കു നുറുക്കുമ്പോൾ ചുറ്റിപ്പറ്റി നിന്നാൽ കക്കിരി വട്ടി തരാവും.

കക്കിരി പന്തലിൽ കാക്കയെ ആട്ടുന്നതിനിടയിൽ കുരുന്നു പറിച്ചു കയ്യിലിട്ടു തിരുമ്മി അതിവേഗം ചറ പറ തിന്നാം. സ്കൂൾ പൂട്ടിയാൽ നാട്ടുമാവുകൾ കാത്തിരിക്കും. ഒരാഴ്ച പുളിയൻ. പിന്നെ ചറ പറാന്നു വീണു തുടങ്ങും. കാറ്റ് വീശിയാൽ പിന്നെ പറയാനില്ല. സാമർത്ഥ്യക്കാർക്കു കൂടുതൽ തരപ്പെടും. കിട്ടിയ ഉടനെ കവുങ്ങിന്റെയോ മാവിന്റെയോ തടിയിൽ രണ്ടു വട്ടം ഉരക്കുക. വെളുത്ത ചെണ ഒന്ന് പിഴിഞ്ഞ് മൂട് കടിച്ചുതുപ്പി വലിച്ചു കുടിക്കുക. പാതി വിഴുങ്ങിയും പുറത്തേക്കു തള്ളിയും ഒടുക്കം മാങ്ങാ കുരട്ടു വായിലിട്ടു ഉറിഞ്ചു പുറത്തെടുത്തു കൂട്ടുകാരോട് ചങ്ങാത്തം പോവാൻ പറഞ്ഞു ഒറ്റ ഏറ്. തൊലി ചവച്ചു ചവച്ചു തുപ്പാൻ തോന്നാതെ വിഴുങ്ങണം.

ഊണിനു മുമ്പായി മൂന്ന് നാട്ടുമാങ്ങ പിഴിഞ്ഞെടുക്കുക. രണ്ടു മുളക് പപ്പടംകുത്തിയിൽ കോർത്തു കത്തിച്ചു കരിക്കുക. അതു പൊടിച്ചിട്ട് കുറച്ചു ഉപ്പും ചേർത്ത് വിരൽ കൊണ്ടിളക്കി തൊട്ടു നക്കുക. മൂത്ത ചക്ക വെട്ടി പഴക്കാനായി കമഴ്ത്തി വച്ചതു രണ്ടാം ദിവസം മെല്ലെ നീർത്തി ഒരു ചുള തോണ്ടിയെടുത്തു കടിച്ചു നോക്കുക. ആദ്യം പുളി പിന്നെ പുളി മധുരം പിന്നെ കരിംപഴപ്പ് പിന്നെയെന്റെ മോനേ... പിറകെ നടന്നാൽ ആരെങ്കിലും മുറിച്ചു തരും. ചുള, പോണ്ടി, മൂക്ക് വീതിയുള്ള ചമിണി ഒന്നും വിട്ടുകളയാറില്ല.

നാട്ടുമാവുകൾ ദിവസവും മാറി മാറി പിടിക്കണം. ചക്കരമാവ്, നടുവിലെ മാവ്, മതിലുമ്മലെ മാവ്, കോണിയൻ മാവ്, പോതാൻ മാവ്, കർപ്പൂര മാവ്... വൈകുന്നേരത്തേക്കു മാങ്ങ കണ്ടാൽ ഓക്കാനം വരണം. വച്ച ചക്ക (ചക്ക പുഴുക്ക്) പുളിച്ച മോരിൽ രണ്ടു കാന്താരി ഉടച്ച് അതിൽ മുക്കി ശാപ്പിടാം. കുടിക്കാൻ കഞ്ഞി വെള്ളവും.

മാങ്ങേം ചക്കേം തീർന്നാൽ മഴ പെയ്യും. പിന്നെ കറക്കം നടക്കില്ല. തേങ്ങാപ്പൂളും വെല്ലവും (തരപ്പെട്ടാൽ)വമ്പൻ കോമ്പിനേഷനാണ്. അടിപൊളി മഴയായാൽ വട്ടത്തിലുള്ള തീ തണക്കു ചുറ്റും എല്ലാവരും ചുരുണ്ടിരിക്കും. കനലിൽ ചുട്ട ചക്കക്കുരുവും തേങ്ങാപ്പൂളും മരക്കിഴങ്ങിന്റെ തടിയൻ രണ്ടുമൂന്ന് കഷ്ണം തൊലികളഞ്ഞ് കനലിൽ കുഴിച്ചുമൂടിയിട്ട് പതിനഞ്ച് മിനുട്ടു കഴിഞ്ഞ് കനൽ മാറ്റി പുറത്തെടുക്കും. ചാരം ഊതിക്കളഞ്ഞ് ഇലയിൽ ഉടച്ചു വെണ്ണ പോലെ ഒരു കഷ്ണം വിഴുങ്ങുമ്പോൾ അണ്ണാക്ക് പൊള്ളരുത്. തേങ്ങാപ്പൂള് കൂടി ആയാൽ, ആവൂ.

ഊണു കാലായി.

ബാക്കി നാളെ.

ബൈ.

പാളയും പട്ടയും

പട്ട എന്നാൽ ഇവിടെ ചാരായമല്ല. പാള നാഗരികർക്കു പരിചയമില്ല എന്നുണ്ടെങ്കിൽ പറയാം. കവുങ്ങിന്റെ പഴുത്തു വീഴുന്ന ഇലകളാണ് പാള. ഗ്രാമീണന്റെ പഴയ കാലത്തെ കാർഷിക ജീവിതത്തിൽ പാള പലതുമാണ്. തൊപ്പിപ്പാള സമരം കേട്ടിട്ടുണ്ടോ, അതൊക്കെ പിന്നെ, നാട്ടിൻ പുറങ്ങളിൽ അടക്കാതോട്ടത്തിൽ പാള പെറുക്കാൻ പോവുന്നത് ദിവസേന ഉള്ള ചടങ്ങാണ്. വീതിയുള്ള പാള മുതൽ കുഞ്ഞു കവുങ്ങിന്റെ ഓമനത്വമുള്ള കുഞ്ഞു പാള വരെ പെറുക്കിയെടുക്കും. പാള മാഹാത്മ്യം പറയുന്നത് ഒരു വിലകുറഞ്ഞ പണിയായി തോന്നാം. പക്ഷേ ഞങ്ങൾക്കുന്നു പ്രകൃതി തരുന്ന വിവിധോപയോഗ വസ്തുവാണത്. വേനൽക്കാലങ്ങളിൽ ചീന്തിയും മുറിച്ചും പൈക്കൾക്കു കൊടുക്കും. കൗതുകമുള്ള കുമ്പാള ചീന്തി കന്നുകുട്ടികൾക്ക്. കുമ്പാളയുടെ മണം ഇന്നും മൂക്കിൽ നിന്ന് പോയിട്ടില്ല. പണ്ടു കുമ്പാള കോണകമുടുത്ത് എഴുത്തു പള്ളിക്കൂടത്തിൽ പോയ കഥ പ്രായമുള്ളവർ പറഞ്ഞു കേൾക്കുമ്പോൾ ചിരി വരും. വീതിയുള്ള പാള ഭംഗിയായി ചെത്തി എടുത്ത് വിശുപാള ഉണ്ടാക്കും. അതാണ് നാട്ടിൻപുറത്തെ ഫാൻ. വഴി നടക്കുമ്പോഴും വിശുപാള കൊണ്ടുനടക്കുന്ന കാരണവന്മാർ പുറം ചൊറിയാനും അത് ഉപയോഗിക്കും.

അടുപ്പിൽ തീ പിടിപ്പിക്കാനും ഹോമകുണ്ഡങ്ങൾ ആളിക്കത്തിക്കാനും പ്രകൃതിയുടെ പങ്ക തന്നെ. കർഷക വേഷത്തിലെ ഏറ്റവും മുന്തിയ ഐറ്റമാണ് പാളത്തൊപ്പി. പുറംപാളി ഒരൽപ്പം ഇടവിട്ടു പൊളിച്ച് എടുത്ത് മുൻഭാഗം ഞൊറിഞ്ഞ് പാളനാരുകൊണ്ട് കെട്ടിയ തൊപ്പി വെയിലിലും മഴയിലും കർഷകന്റെ കിരീടമാണ്.

മുറുക്കാനും ബീഡിയും അത്യാവശ്യം ചായപ്പൈസയും കവറിലാക്കി അതിന്റെ ഉള്ളിൽ വക്കും. ചൂടൻ പ്ലാസ്റ്റിക് തൊപ്പിയേക്കാൾ എന്ത് സുഖപ്രദം. പാള വെള്ളത്തിൽ കുതിർത്തു കീറിയെടുക്കുന്നതാണ് പാളനാര്. പുര പുതക്കുമ്പോൾ ഓലകെട്ടാൻ, കുരുമുളകുകൊടി കെട്ടാൻ, മച്ചിൽ വെള്ളരിക്ക തൂക്കാൻ, എത്രയെത്ര ഉപയോഗമാണീ പാളനാരിന്.

വേനൽക്കാലത്ത് ചൂട് മൂക്കുമ്പോൾ ഉച്ചയ്ക്ക് കഞ്ഞിയാണ്. പാളകൊണ്ടോ വാഴപ്പോളകൊണ്ടോ വട്ടത്തിൽ ഒരു വളയം. അതിൽ ഇറക്കി വച്ച ഇലയാണ് പാത്രം. ചക്കയും തുവരപ്പുഴുക്കും അച്ചാറും മറ്റൊരു സൈഡ് ഇലയിൽ. കോട്ടിയ പ്ലാവിലയാണ് സ്പൂൺ. ആഹാര വസ്തുക്കളും പച്ചക്കറികളും മൽസ്യമാംസാദികളും ലോക്കൽ ട്രാസ്പോർ ട്ടേഷൻ പാക്കേജിൽ പാള വലിയ പങ്കു വഹിക്കും.

ചാണകം മെഴുകാനുള്ള ബോർഡ് ഉണക്ക പാള കൊണ്ടാണ്. പാളയിൽ തേച്ചുപിടിപ്പിച്ച പഴുത്ത മാങ്ങാ ചാറ് ദിവസവും ഉണക്കി മാങ്ങാ കച്ച ഉണ്ടാക്കും. ഉപ്പ മാങ്ങ ഭരണി വായു കടക്കാതെ പാക്ക് ചെയ്യാനും വേണം പാള. പാളകൊണ്ട് മൂടി പൊതിഞ്ഞു കെട്ടി പുറ്റമണ്ണ് തേച്ചുപിടിപ്പിക്കും. മാസങ്ങൾക്കു ശേഷമേ തുറക്കു. പാള കൊട്ടകൾ പലവിധമുണ്ട്. കശുവണ്ടി പെറുക്കാൻ, വെള്ളം തേവാൻ, കിണർ വരളു മ്പോൾ, ബക്കറ്റ് മുങ്ങാതെ വരുമ്പോൾ വെള്ളം കോരാൻ, തോണിയിൽ കയറിയ വെള്ളം കോരി കളയാൻ, എത്രയോ ഉപയോഗമാണ് പ്രകൃ തിയുടെ ഈ പാത്രത്തിന്.

വിനോദപരിപാടിയിൽ കുട്ടികളുടെ പ്രിയപ്പെട്ട പാളവണ്ടി ഒറ്റക്കും ഡബിളായും ഇരുത്തി വലിക്കുന്ന ഏട്ടൻമാർ. സ്പീഡ് കൂട്ടി വലിച്ച് തെറിച്ചു വീഴുകയൊക്കെ ഉണ്ടാവും. എന്നാലും ആ പാളവണ്ടി ഓർമ്മകൾ ആഡംബര കാറിൽ കിട്ടില്ല.

വേനലിൽ ശേഖരിക്കുന്ന പാള ഉണക്കി കെട്ടാക്കി പുക തട്ടുന്നിടത്തു തൂക്കി വക്കും. മഴക്കാല ഉപയോഗങ്ങൾക്ക്. മഴക്കാലമായാൽ ചീഞ്ഞു വഴുവഴുത്ത പാള അറപ്പുണ്ടാക്കും. ഒച്ച് കയറി ഇരിക്കും അതിൽ. ചവിട്ടി മറിഞ്ഞു വീഴലും പതിവാണ്.

പാള പുരാണം നീണ്ടുപോയി. ഇതൊക്കെ വെറും ഓർമ്മകൾ. ഇടക്ക് മാർക്കറ്റിൽ പാള പ്ലേറ്റുകൾ കണ്ടിരുന്നു. കവുങ്ങിൻ തോട്ടങ്ങൾ തന്നെ രോഗബാധകൊണ്ട് ഇല്ലാതായി പോവുകയാണ്.

പ്ലാസ്റ്റിക് നിരോധനം ഫലപ്രദമാകുമെങ്കിൽ പാള ഒരു ബദലായി കൊണ്ടുവരാൻ പറ്റുമോ?

പുളിയുടെ മധുരം

തറവാട്ടു പറമ്പുകളിൽ നൂറ്റാണ്ട് പഴക്കമുള്ള പുളിമരങ്ങൾ ഓർമ്മയില്ലേ? നമ്മുടെ നാട്ടിൽ ഏറെക്കുറേ അപ്രത്യക്ഷമായിക്കഴിഞ്ഞ കൂറ്റൻ പുളിമരങ്ങൾക്കു ജീവിതത്തിന്റെ, പ്രത്യേകിച്ചും ബാല്യ കൗമാരത്തിന്റെ കുതൂഹലങ്ങളിൽ കുറച്ചൊന്നുമല്ല പങ്ക്.

ഞങ്ങളുടെ മുറ്റത്തുമുണ്ടായിരുന്നു ഒരു പുളി മുത്തശ്ശി. അതിന്റെ വളഞ്ഞുപുളഞ്ഞ ഓരോ വേരുകളും ഇന്നും ഓർമ്മയിലുണ്ട്. ചോട്ടിൽ കുട്ടികളുടെ കളിസ്ഥലമാണ്. കുട്ടികൾ പുളിയിലകൾ അടിച്ചുകൂട്ടി വൃത്തിയാക്കി കക്കുകളി, കൊത്തൻകല്ലു കളി, കുട്ടു കുട്ടു അങ്ങനെ പലതും. ഇലകൊഴിഞ്ഞ പുളി തളിർത്തു പൂക്കാൻ തുടങ്ങിയാൽ അതൊരു ആവാസവ്യവസ്ഥയായി മാറും. തേനീച്ചകൾ,വണ്ടുകൾ,ചെറു പക്ഷികൾ,അണ്ണാന്മാരുടെ കൂട്ടങ്ങൾ. കുഞ്ഞു പുളി വീണു തുടങ്ങിയാൽ കുട്ടികൾ പെറുക്കി തിന്നും. വയറ്റിൽ നിന്ന് ചോര പോവും എന്ന മുന്നറിയിപ്പൊന്നും അവിടെ ബാധകമാവാറില്ല.

പച്ചപ്പുളി കൂട്ടി അരച്ച ചമ്മന്തി ഇപ്പോഴും വായിൽ വെള്ളം നിറക്കുന്നു. ദിവസങ്ങൾ കഴിയുമ്പോൾ പുളി വലുതായി പല വലിപ്പത്തിലൂടെ കുഞ്ഞരിവാൾ പോലെ നിറഞ്ഞു നിൽക്കും. കുറേശ്ശ പഴുത്ത് വീഴുന്ന പുളി പെറുക്കാൻ കുട്ടികളും പ്രായമായ സ്ത്രീകളുമൊക്കെ വരും. കരിംപഴപ്പുള്ള, ഉള്ളിൽ പച്ച നിറമുള്ള പുളി തൊലി അടർത്തി തിന്നു നോക്കിയവർക്കറിയാം അതിന്റെ ഒരു ഓർമ്മ.

താഴത്തെ കൊമ്പിൽ നിന്ന് എറിഞ്ഞു വീഴ്ത്തുന്ന അരിവാളിനു തുള്ളിപ്പോകുന്ന പുളിയാണ്.

പഴുത്ത പുളി തിന്നാൻ വരുന്ന പക്ഷികളുടെ പടയിൽ തത്തകളും മൈനയും ഒക്കെ ഉണ്ടാവും. അതിന്റെ പൊത്തുകളിൽ പലതിന്റെയും കൂടുകളും ഉണ്ടാവും. അവിചാരിതമായി സംഘമായി എത്തുന്ന കുരങ്ങന്മാർ നിമിഷനേരംകൊണ്ട് പുളിയെ അക്രമിക്കും. എറിഞ്ഞും ഒച്ചവച്ചും ഓടിക്കുമ്പോഴേക്കും കുറേ അവർ കൊണ്ടുപോയിരിക്കും.

പുളിമരം കുലുക്കാൻ വരുന്ന മരംകയറ്റക്കാരായ ചെറുപ്പക്കാർക്ക് കൂലി ഒന്നുമില്ല. പെറുക്കി കൂട്ടിയ പുളിയിൽ നിന്ന് ഒരോഹരി മാത്രം. കുലുക്കി വീഴുന്ന പുളി പെറുക്കാൻ കുട്ടികളും സ്ത്രീകളും ഒക്കെയുണ്ടാവും. അയൽക്കാർ ഒക്കെ. രണ്ടുവട്ടം കുലുക്കി പറിച്ചു കഴിഞ്ഞാൽ പുളി മരം ഏതാണ്ട് കാലിയാവും. പെറുക്കിയെടുത്ത പുളി ഓട് ഒഴിവാക്കി കുരു കളഞ്ഞ് വെയിലത്തുണക്കി ഉണ്ടയാക്കുന്നതു വലിയ ഒരു പദ്ധതിയാണ്.

പിന്നെ മഴയായി. മഴയിൽ കുളിച്ച പുളി പിന്നെയും പെയ്യും. കർക്കിടകത്തിലെ രാമായണ കഥകളിൽ ഞങ്ങൾ അമ്പെയ്തു കൊല്ലുന്ന മിക്ക രാക്ഷസന്മാരും ഈ പുളിയിലാണ്. പഴയ കുട കമ്പി ചൂടാക്കി അടിച്ചുപരത്തി ഉണ്ടാക്കിയ എത്ര അമ്പുകളാണ് ആ പാവം പുളിയുടെ മാറ് പിളർന്നത്.

ഓണക്കാലമായാൽ താഴ്ന്നകൊമ്പിൽ ഒന്നുംരണ്ടും ഊഞ്ഞാൽ. ഒളിച്ചുകളിച്ചും വേരുകളിൽ വണ്ടി ഓടിച്ചും പല പ്രായക്കാർ. പുളി പുരാണം മടുക്കുന്നുണ്ടാവും അല്ലേ. ഈ പുളിഞ്ചോട്ടിൽ എത്രയെത്ര സന്തോഷങ്ങൾ,പ്രണയങ്ങൾ,പരിഭവങ്ങൾ, ആ തടിയിൽ മുഖം പൊത്തി കരഞ്ഞ സങ്കടങ്ങൾ. താഴ്ന്ന പുളിവാറൽകൊണ്ട് കിട്ടിയ തല്ലുകൾ.

ആ മുത്തശ്ശിയും കോടാലിക്ക് ഇരയായിട്ട് കാലം കുറച്ചായി. അവിടെ വിശാലമായ മുറ്റമായി, ഇന്റർലോക്ക് മുറ്റം. ഇല്ലാതായ ആവാസ വ്യവസ്ഥകളിൽ ഇത്തരം ഒരുപാട് പുളിമര സംസ്കാരമുണ്ട്.

തമിഴ്നാട്ടിലെ വഴിയോരങ്ങളിലെ കൊട്ടംചൂടിൽ വരിവരിയായി നിൽക്കുന്ന പുളി മരങ്ങളോട് ഈ ഹൃദയബന്ധം തോന്നുന്നില്ല. മരങ്ങളോടുള്ള പ്രണയം ഒരു വങ്കത്തരമായി ഞാൻ കാണുന്നില്ല.

വറുത്ത പുളിങ്കുരുവിന്റെ കാഠിന്യമുള്ള ഓർമ്മകളിൽ ഒരു പല്ല് കൂടി കൊഴിഞ്ഞിരിക്കുന്നു.

കൊത്തം കൊത പറമ്പ്

ഇതെന്തു സാധനം എന്ന തോന്നൽ സ്വാഭാവികം.

ശരിയാണ്, വെറും പ്രാദേശികത്തിൽ പ്രാദേശികമായ ഒരു സ്ഥലവും പേരും. ഒരമ്പതുവർഷം കേരളത്തെ എങ്ങനെയൊക്കെയോ മാറ്റി. ആ അമ്പതു വർഷത്തിന്റെ മുന്നേ ഉള്ള ബാല്യം മറ്റൊന്നാണ്. പ്രത്യേകിച്ചും കണ്ണൂർകാരനായ ഒരു കുഗ്രാമ ബാലന്.

എനിക്ക് അന്നും ഇന്നും നഗരങ്ങളെക്കാൾ ഇഷ്ടം ഗ്രാമങ്ങൾ തന്നെ. കാടും കാട്ടുമൃഗങ്ങളും കാട്ടു ചെടികളും മരങ്ങളും പുഴയും പുഴയോരവും കാവുകളും കുളങ്ങളും അയ്യപ്പനും ഭദ്രകാളിയും ശിവനും വിഷ്ണുവും പുതിയോതിയും വേടനും ആടിയും നിറഞ്ഞ ബാല്യം. പള്ളിമണികളും തലയിൽ നെടുകെ വച്ച അരിവാളുമായി ഇഞ്ചപ്പുല്ല് വെട്ടാൻ പോകുന്ന ചേട്ടത്തിമാരും കാളവണ്ടി ഓടിക്കുന്ന ചേട്ടന്മാരും എന്റെ ബാല്യത്തിന്റെ ഭാഗമാണ്.

അടയ്ക്കു പാട്ടവും പൊള്ളു കച്ചോടവും മരക്കച്ചോടവും ഒക്കെ കൊണ്ടു നടക്കുന്ന മാപ്പിളമാരും കൊട്ടടക്ക പൊളിക്കാൻ വരുന്ന കാച്ച മുണ്ടും മുഴക്കയ്യൻ ബ്ലൗസുമിട്ട ഉമ്മമാരും ബാല്യത്തിന്റെ സ്നേഹമസൃണമായ ഓർമ്മകളാണ്.

കടത്തുതോണികളും കടവുകളും കാത്തിരിപ്പും ഒരു ജീവിത സംസ്കാരമായിരുന്നു. ഓർമ്മകളിൽ നിർവൃതി കണ്ടെത്തുന്നത് വാർദ്ധക്യ ലക്ഷണമാണ്. ആയിക്കോട്ടെ, ആർക്കും നഷ്ടമില്ലല്ലോ. ഓർമ്മയുടെ രസക്കയർ എപ്പോൾ വേണമെങ്കിലും പൊട്ടി പോകുമല്ലോ? ആൾത്തിരക്കില്ലാത്ത സ്ഥലത്തേക്ക് ഒറ്റയ്ക്ക് നടക്കുക എന്ന എന്റെ ശീലം ഇന്നുമുണ്ട്. ഒറ്റയ്ക്കാണ് നമുക്ക് ഏറ്റവും വികാരഭരിതനാകാൻ കഴിയുക. കവിയും

കാല്പനികനും കാമുകനും ദാർശനികനും ആകാൻ കഴിയുക.

കൊത്തം കൊത പറമ്പിന്റെ വിജനതയിൽ ഞാൻ ഒരുപാട് വിലയം പ്രാപിച്ചിട്ടുണ്ട്. കൂട്ടുകാരോടൊപ്പവും തനിച്ചും. അത് വെറുമൊരു പുൽപ്പാറയാണ്. പടർന്ന ഒരു വെട്ടുകൽ മൈതാനം. കറുത്ത പടർന്ന കല്ലിന്റെ അപൂർവ്വമായ വിശാലത. കാരമുള്ളിന്റെയും കോട്ടമുള്ളിന്റെയും അപൂർവ്വമായ വള്ളികളുടെയും ചെറുകൂട്ടങ്ങൾ. അതിന്റെ താണകൊമ്പുകളിലെ പക്ഷിക്കൂടുകൾ. പച്ചയും പുള്ളികളും ഒക്കെയുള്ള മുട്ടകൾ. വിരിഞ്ഞ് കൊക്കു പിളർത്തി വിളിക്കുന്ന പക്ഷി കുഞ്ഞുങ്ങൾ.

രണ്ടു മഴ പെയ്താൽ തഴച്ചു വളരുന്ന നെയ് പുല്ല്. പച്ചപ്പിന്റെ പരവതാനികൾ. രണ്ടു ഖണ്ഡമായി കിടക്കുന്ന മൈതാനത്തിന്റെ നടുവിൽ വട്ടത്തിൽ വച്ച കൽക്കഷ്ണങ്ങളാണ് കൊത്തം കൊത വിനോദത്തിന്റെ ട്രാക്കുകൾ.

പൈക്കളെ മേയ്ക്കാൻ വരുന്ന ചെക്കന്മാരുടെ വിനോദ സൗഹൃദ സമ്മേളന വേദി. ഒറ്റക്കാലിൽ ചാടുകയാണ് കൊത്തം കൊത. വട്ടമിട്ട് ഇരുപത്തിനാലു വട്ടം പൂർത്തിയാക്കുന്നവനാണത്രെ ഒന്നാമൻ. എത്രയോ ഒന്നാമന്മാരും രണ്ടാമന്മാരും മൂന്നാമന്മാരും സൗഹൃദമത്സരങ്ങളും കിളികളും പൈക്കളും ഓടക്കുഴൽ വിളിയും പെയ്തു തളംകെട്ടിയ വെള്ളവും വീണു കിട്ടുന്ന എയ്യൻ(മുള്ളൻ പന്നി)മുള്ളും ഓടി മറയുന്ന കാട്ടുമുയലുകളും കാലത്തിന്റെ കാഴ്ചകളിൽ ഇന്നില്ല.

അവിടെ ഒരു കോളേജുണ്ട്. കറെ വണ്ടികളുണ്ട്. പരിഷ്ക്കാരികളായ കുട്ടികൾ എന്ന മട്ടിൽ ആൺ പെൺ കൂട്ടുകാർ ഉണ്ട്. കോൺക്രീറ്റ് കുഴക്കുന്ന ലോറിയുണ്ട്. മുറിച്ചുപോയ വെട്ടുകല്ലിന്റെ ഉപേക്ഷിക്കപ്പെട്ട കഷ്ണങ്ങൾ ഉണ്ട്. ഇനിയുള്ളവരുടെ ചരിത്ര പശ്ചാത്തലം അതാണ്. ആരുടേയും കുറ്റമല്ല.

സ്വകാര്യതകൾക്കു ജനകീയത ഉണ്ടാവില്ലല്ലോ?

മഷിത്തണ്ടുകൾ

ഓർമ്മകളിൽ എന്നും ജലസാന്ദ്രമായ നിഷ്കളങ്കമായ വെറും മഷിത്തണ്ടുകൾ. ഒന്നു പൊട്ടിച്ചു മണത്തു നോക്കുക. എങ്ങോട്ടോ അനുഭൂതിയുടെ ലോകത്തേക്ക് കൊണ്ടുപോവുന്നുണ്ടോ.

മരച്ചട്ടയിട്ട സ്ലേറ്റിൽ ടീച്ചർ ചോക്ക് കൊണ്ട് ഇട്ടുതന്ന ശരി നിധി പോലെ അമ്മയെ കാണിക്കാൻ സഞ്ചിയിൽ വച്ച കാലം. മഷിത്തണ്ടിന്റെ മണമുള്ള സ്ലേറ്റും പെൻസിലും. ഇഷ്ടംകൊണ്ട് നഷ്ടമില്ലാത്ത കൊടുക്കുന്ന മഷിത്തണ്ടിൻ കഷ്ണങ്ങൾ എറിഞ്ഞു കളയാതെ സഞ്ചിയിൽ കിടന്ന് ഉണങ്ങും.

ഓലപ്പുര സ്കൂളിന്റെ ചുമരുകളില്ലാത്ത, ഒരേ ഉയരം പോലും അല്ലാത്ത, കുത്തി തുളഞ്ഞ ബെഞ്ചുകളിൽ തിക്കിത്തിരക്കി ഇരുന്ന, കൊറോണ പേടിയും ഒന്നും ഇല്ലാത്ത കാലം. ആർക്കും ഒന്നിനെക്കുറിച്ചും ആശങ്കയില്ലാത്ത കാലം. അങ്ങോട്ടുമിങ്ങോട്ടും തിരിഞ്ഞു നിന്ന് കേട്ടെഴുതിയ കാലം. മഷിത്തണ്ടിൽ മായ്ച്ചും വരച്ചും നടന്നകാലം.

കളി, വിശക്കുമ്പോൾ ഉച്ചക്ക് ഉപ്പുമാവ്, കലക്കിയ CSM. CARE എന്ന അമേരിക്കൻ കാരുണ്യമൊക്കെ പിന്നീടേ അറിവുള്ളൂ. ഇപ്പോൾ കുട്ടികളോട് പറയും ടേക്ക് കെയർ. ഞങ്ങൾക്ക് കുത്തനുള്ള ബൾഗർ വീറ്റ് ഉപ്പുമാവും സോയാബീൻ ഓയിലും (നാറുന്ന) CSM പൊടിയും തന്ന CARE ആണ് ഓർമ്മയിൽ.

ഓരോ ബെഞ്ചും ഞാൻ ഓർക്കുന്നു.

സദാ കൂടെ നടന്ന പ്രിയൻ, അടിക്കാരൻ ഗംഗൻ രവി (അഞ്ചാം ക്ലാസ്സിൽ വച്ച് പനി പിടിച്ചു മരിച്ചുപോയ സുന്ദരൻ), സുന്ദരിയായ അനിത, അവളുടെ കൂട്ടുകാരി വെള്ളാരംകണ്ണുള്ള, ഓറഞ്ചു കളറുള്ള

സിൽക് ഫ്രോക് ഇട്ടു വരുന്ന അതിസുന്ദരി അയിഷ, ചന്ദ്രൻ, രമണി എത്രയോ പേർ.

ആരൊക്കെയോ പോയി. എല്ലാവരും വൃദ്ധരും വൃദ്ധകളും. വെറും സ്വാഭാവികം.

മഷിത്തണ്ടിന്റെ മണവും നനവും ഉള്ള ഓർമ്മകൾ ഓർമ്മക്കുറവ് തുടങ്ങിയിട്ടില്ല എന്നതിന്റെ സാക്ഷ്യം.

ബാല്യകാലയാത്രകൾ

അമ്മയുടെ വീട്ടിലേക്ക് പോവണമെങ്കിൽ മൂന്നു വഴിയുണ്ട്. ജലമാർഗം,വാഹന മാർഗം,നടപ്പ്.

ആദ്യ കാലത്തൊക്കെ, ആറോ എട്ടോ മൈൽ അകലെയുള്ള ഇടത്തേക്ക് യാത്ര ഇന്ന് വിദേശത്തു പോവുന്നതിലും ക്ലേശകരമായിരുന്നു. അതിരാവിലെ എണീക്കണം, കുളത്തിൽപോയി കുളിച്ചു വന്നാൽ ചായയും പലഹാരവും.

പിന്നെ രണ്ടരമൈൽ നടന്നാൽ ചെങ്ങളായി ബോട്ടുകടവിൽ എത്തും. പറശ്ശിനി എന്ന് പേരായ ബോട്ടിൽ ഞങ്ങൾ കുടുംബസമേതം മരപ്പലകയിൽ കയറിയിരുന്നാൽ പിന്നെ സന്തോഷംകൊണ്ട് ഇരിക്കാൻ വയ്യായെ എന്ന മട്ടിൽ ചാടിച്ചാടി മാറിയിരിക്കുന്ന ഏറ്റവും ചെറിയ കുട്ടിയായിരുന്ന എന്നെ ബോട്ടുകാരും സഹയാത്രികരും പ്രത്യേകം ലാളിച്ചിരുത്തിയ ഓർമ്മകൾ ഇപ്പോഴും നഷ്ട ബാല്യങ്ങളുടെ അക്കൗണ്ടിൽ ഉണ്ട്.

തേങ്ങാക്കെട്ടുകളും സകല ചരക്കുകളും കയറ്റിക്കഴിഞ്ഞാൽ അമ്പലമണിപോലെത്തെ മണിയിൽ ണിം ണിം എന്നടിച്ചാൽ ബോട്ട് മുളകൊണ്ട് കുത്തി പുഴയിലേക്കിറക്കും. എഞ്ചിനിൽ കയർ ചുറ്റി ഒരൊറ്റ വലിയിൽ കുട കുടാ എന്ന് മോട്ടോർ അടിച്ചു തുടങ്ങുമ്പോഴുള്ള ആഹ്ലാദം പിന്നെ മറ്റൊരു വാഹനത്തിൽ കേറിയപ്പോഴും കിട്ടിയില്ല..

പിന്നെ അഞ്ചെട്ടു കടവുകൾ അടുപ്പിച്ചും ചരക്കുകളും ആളെയും കയറ്റി മുനമ്പ്കടവും കടന്ന് കൊക്കുകടവിൽ ഇറങ്ങുമ്പോൾ നേരം രണ്ട് മണിയൊക്കെ ആവും. ഓരോ യാത്രക്കാരും യാത്ര പറയും. എന്ത് സ്നേഹവും പരിഗണനയുമാണ് പരസ്പരം.

പിന്നെ വീണ്ടും നടക്കണം രണ്ടു മൈൽ. അമ്മാത്ത് എത്തുമ്പോൾ മൂന്നര. വീണ്ടും കുളി. ഊണിനു മുമ്പിലിരുന്ന് കൂട്ടാൻ നാക്കിൽ വച്ചപ്പോൾ ഘോരമായ എരിവ്. വിശപ്പും എരിവും ഒക്കെക്കൂടി പ്രാകൃതമായ ശബ്ദത്തിൽ പുറത്തു വന്നപ്പോൾ രൂക്ഷമായ നോട്ടങ്ങൾ കാണാത്ത വിധം കണ്ണടച്ചിരുന്നു.

പെട്ടെന്ന് അച്ചമ്മ രക്ഷകയെപ്പോലെ കൈ പിടിച്ച് എണീപ്പിച്ച് അടുക്കളയിലേക്കു നീങ്ങി. ചിരിച്ചു കൊണ്ട് പറഞ്ഞു, 'മോൻ കരയണ്ട.'

ഒരു പിഞ്ഞാണത്തിൽ മൂന്നു ചട്ടുകം ചോർ വിളമ്പി. ഒരു പഴത്ത വാളൻപുളിയുടെ കഷ്ണം, കുറച്ചു വെളിച്ചെണ്ണ, രണ്ടുമൂന്നു കല്ലുപ്പ് മൂക്കാത്ത ഒരു കഷ്ണം പച്ചമുളക്, ഒക്കെക്കൂടെ അച്ചമ്മയുടെ കുറുകിയ വിരൽകൊണ്ട് ഉടച്ചു കൊഴച്ചു ഉരുളയാക്കി വായിൽ വച്ചുതന്നു. ഇന്നേവരെ ഞാൻ ഇത്രയ്ക്കു നല്ലൊരു ഊണു കഴിച്ചിട്ടില്ല. ഇനിയും എഴുതിയാൽ എനിക്ക് കരച്ചിൽ വരും.

തൊട്ടുകൂടാത്ത കാലത്ത്, വീട്ടിൽ കെട്ടിയിട്ട ഈ കാലത്ത് മറ്റെന്താണ് ഓർക്കേണ്ടത്?

കുളം

ആളൊഴിഞ്ഞ ഒരു കുളപ്പടവിൽ ഏകാന്തമായി ഇരിക്കുന്നതായി സങ്കൽപ്പിച്ചു നോക്കൂ. ഏതു നേരത്തിനും കാലത്തിനും ഒരുപാട് കഥകളുണ്ട് പറയാൻ. വെട്ടുകല്ലുകൊണ്ട് കെട്ടിപ്പടുത്ത ചരിത്ര സ്മാരകങ്ങൾ ഒരർത്ഥത്തിൽ പ്രൗഢിയുടെ മാത്രമല്ല നാടിന്റെ സ്പന്ദനങ്ങൾ അറിയുന്ന വാർത്താ വിനിമയ കേന്ദ്രം കൂടിയാണ്. ആൺ പെൺ കുളക്കടവുകൾ പ്രത്യേകം.

അടിച്ചു നനയ്ക്കുന്ന ശബ്ദത്തിന്റെ അലയൊലികൾ മാറ്റൊലികൊള്ളുമ്പോൾ അവക്കിടയിൽ ഉള്ളതും ഇല്ലാത്തതുമായ ഹിതവും അഹിതവുമായ വാർത്തകൾ സൃഷ്ടിക്കപ്പെടുകയും പ്രസരണം ചെയ്യലും ഉണ്ടാവും. കുളിക്കാൻ എത്തുന്നവരിൽ പ്രായഭേദമില്ല. കുഞ്ഞുകുട്ടികൾ മുതൽ വാർധക്യ യൗവ്വന വിഭാഗങ്ങൾ അവരവരുടെ രീതിയിൽ കുളവുമായി ആത്മബന്ധം പുലർത്തി പോന്നു. കൊച്ചു പിണക്കങ്ങളും വാശിയും തീർക്കുന്ന ഇടം. കൈകാലിട്ടു പിടച്ച് നീന്തൽ പഠിക്കുന്ന കുട്ടികൾ. നീന്തലിന്റെ മത്സരങ്ങളും വാശിയും. മുങ്ങാംകുഴിയും എണ്ണി തീർക്കുന്ന ശ്വാസങ്ങളും. പ്രണയത്തിന്റെ നോട്ടങ്ങൾക്കും കുരുത്തക്കേടുകൾക്കും വേദിയാകുന്ന യുവാക്കളുടെ കുളം. നീന്തി കുളത്തിന്റെ നടുവിലും മറുകരയിലും എത്തി പെൺ കടവുകളിലേക്കു കള്ള നോട്ടമിടാനും മിടുക്കുള്ളവരുണ്ട്.

ഓരോ നേരത്തിനും കാലത്തിനും കുളത്തിന് ഓരോ ഭാവമുണ്ട്. മഴക്കാലം കരകവിഞ്ഞ് ഒഴുകുന്ന കുളം തെളിനീരിന്റെ സമൃദ്ധയിൽ പൂർണ്ണവതിയാണ്. നീന്തൽക്കാരുടെയും മലക്കംമറിച്ചലുകാരുടെയും ആഘോഷ കാലം.

ഋതു മാറി മഴ മാറിയാൽ തെളിഞ്ഞ ആകാശത്തിന് കീഴെ സർവാംഗ സുന്ദരിയായ കുളം. മഞ്ഞും തണുപ്പും കുളക്കരയിലെ ഓണപ്പൂക്കളും ശീവോതിയും തെച്ചിയും ചെമ്പരത്തിയും തെക്കേ മൂലക്കലെ പ്ലാശിയും വടക്കു ഭാഗത്തെ കൂവളവും മറുകരയിലെ അശോകവും ഒക്കെക്കൂടി സ്വർഗ്ഗത്തിന്റെ ഒരു ചെറുകഷ്ണമാവും ഈ കുളവും പരിസരവും. തണുത്ത വെള്ളത്തിൽ മുങ്ങിക്കയറി താളം കൊട്ടുന്ന താടിയിൽ അനിയന്ത്രിതമായ താളവും വേഗവും ആർക്കാണ് മറക്കാനാവുക. നീരാവി പൊങ്ങുന്ന പോക്കുവെയിലിൽ കുളത്തിലേക്ക് നോക്കി, ചെറുമീനുകളെ നോക്കി വട്ടമിടുന്ന ചുവന്ന തുമ്പികളെയും പക്ഷികളെയും നോക്കി എത്ര നേരം വേണമെങ്കിലും ഇരിക്കാം.

ഉച്ചനേരം കുളങ്ങളുടെ സ്വകാര്യതയിൽ പൂക്കുന്ന പ്രണയകേളികൾ കാലത്തിന്റെ പൂക്കാലമാണ്.

അസ്തമയ സന്ധ്യ കുളത്തിന്റെ നിശ്ചലതയും ശാന്തതയും അന്തിച്ചുവപ്പുംകൊണ്ട് വിഷാദാത്മകമായ ഒരു സംഗീതഭാവം തരും. വേനൽ മൂത്ത് വാടിയ കുളക്കരയിൽ വൈകുന്നേരത്തെ തഴുകുന്ന കാറ്റും ഇളം ചൂടുള്ള വെള്ളത്തിൽ കഴുത്തറ്റം മുങ്ങിയിരുന്ന് നിർവൃതികൊള്ളുന്ന ഓർമ്മകളും എന്നോടൊപ്പമുണ്ട്.

ആദ്യാനുഭവങ്ങളുടെ സമൃദ്ധി ഈ കുളപ്പടവുകളെ അനശ്വരമാക്കുന്നു. ആദ്യത്തെ ബീഡി മുതൽ ഒരുപാട് ആദ്യ ചിന്തകളും അനുഭവങ്ങളും. ഉറക്കമില്ലാത്ത രാത്രിയിൽ കൂട്ടുകാരനോടൊപ്പം കുളക്കടവിലിരുന്നു കഥ പറഞ്ഞിട്ടുണ്ടെങ്കിൽ അതിൽ കവിത ഉണ്ടാവും. സംഗീതമുണ്ടാവും.

കുളം ഏറ്റെടുത്ത പ്രണയിനികളും കാമുകന്മാരും നൈരാശ്യജീവിതങ്ങളും അപസ്മാര രോഗികളും ഉന്മാദക്കാരും അവിടെ കൂട്ടിനുണ്ടാകും.

പൊളിഞ്ഞും പൊളിച്ചും പോയ കുളങ്ങളും കുളക്കടവുകളും അപൂർവ്വമായി സംരക്ഷിക്കപ്പെട്ടിട്ടുണ്ട്. ചുറ്റിലും കെട്ടി ടൈൽ ഇട്ട് ഗ്രില്ല് വച്ച് ചെടിച്ചട്ടികൾ തൂക്കിയിട്ടുണ്ട്. ഒരുപാട് നിർദ്ദേശങ്ങളും.

പക്ഷേ ജീവിതം മാറിയിരിക്കുന്നു.

അങ്ങാടി ഓർമ്മകൾ

അങ്ങാടി അനുഭവങ്ങൾ ഓർക്കാൻ രസമുള്ളവയാണ്. അല്ലെങ്കിൽ രസമുള്ളവയാണ് നമ്മൾക്ക് ഓർമ്മയിൽ ഉണ്ടാവുക. ഞങ്ങളുടെ കുഗ്രാമത്തിന്റെ പേര് കോട്ടൂർ എന്നാണ്. അതിൽ തന്നെ ഏറ്റവും കു ആയ ഒരു മൂലയിലാണ് ഞങ്ങൾ താമസം. ഒറ്റയടി വഴി, കശുമാവിൻ തോട്ടത്തിനും ചീങ്ങാക്കാടുകൾക്കും ഒക്കെ ഇടയിലൂടെ വെറുതെ വളഞ്ഞും പുളഞ്ഞുമാണ് ഉണ്ടായിരുന്നത്.

അത് നീർത്തുക്കൂടേ എന്ന് ആരും ആലോചിക്കാറില്ല. ഏറ്റവും അടുത്ത അങ്ങാടി ശ്രീകണ്ഠപുരമാണ്. വലിയ ടൗൺ ആണെന്നാണ് ഞങ്ങളുടെ വിചാരം.

അവിടത്തെ പ്രധാന കടകളാണ് മരുന്നുകാരൻ മമ്മെയ്ന്റെ പീട്യ, ചെക്കാലിന്റെ പീട്യ, കമാല്ട്ടീന്റെ പീട്യ, മൊയ്‌ലാറെ പീട്യ, കുളിഞ്ഞ കിട്ടന്റെ തുണി പീട്യ, തങ്കവേലൂന്റെ ബാർബർഷാപ്പ്, ഹോട്ടൽ ഡി നസീം, ഹോട്ടൽ ഡി ജമീല, ബൽസന്റെ ഒട്ടല്. വത്സൻ എന്നാണ് പേര്. കണ്ണൂർക്കാർക്ക് വ എന്ന അക്ഷരം അധികപ്പറ്റാണ്. 'ബ'ന്നാണ് പറയുക. 'ബ'യ്ക്ക് രണ്ടു ധർമ്മമുണ്ട്. 'ബ'യുടെയും വ യുടെയും.

ശ്രീകണ്ഠപുരം എന്ന് പല തരത്തിലാണ് ആൾക്കാർ പറയുക. സീയണ്ടരം, സിരികണ്ടാരം, ശീയണ്ടാരം, സ്രീണ്ടാരം, അങ്ങനെ എത്രയും വികൃതമാക്കി. എല്ലാം വേണ്ടപോലെ ചെയ്യുന്ന ചില ശാസ്ത്ര സാഹിത്യ മാഷന്മാർ ശ്രീകണ്ഠപുരം എന്ന് വൃത്തിയായി പറയും. ൺഠ എന്നൊക്കെ പറയുമ്പോൾ പടക്കം പൊട്ടുമ്പോലെ ആവും.

കണിശക്കാരനും മാന്യനും സത്യസന്ധനുമായ മമ്മിക്കുട്ടി മൊയിലിയാരാണ് ഞങ്ങളുടെ ഹൈപ്പർ മാർക്കറ്റ്. അവിടെ കിട്ടാത്ത എന്തോ

ഒന്നിന് വേണ്ടി തളിപ്പറമ്പ് ബജാറിൽ പോകാൻ ഇട വന്നു.

ബസ്സിന് പോണം. ഞങ്ങൾക്ക് തളിപ്പറമ്പ് മുന്തിയ നഗരമാണ്. അവിടെ നിന്ന് സാധനം വാങ്ങി പുറപ്പെടാനുള്ള ബസ്സിൽ കയറി ഇരുന്നു. ബസ്സ് അങ്ങനെയൊന്നും പുറപ്പെടില്ല. ഒരു മണിക്കൂർ എങ്കിലും എടുക്കും. ബസ്സുകാർ ശീയണ്ടാപുരം വിളി തുടങ്ങി. അതിനെക്കാൾ ഉച്ചത്തിൽ പര പരാ ശബ്ദത്തിൽ നല്ല താളത്തിൽ മറ്റൊരു പാട്ടും. ഞാൻ എത്തി നോക്കി. ഒരാൾ പാടിക്കൊണ്ട് നടക്കുകയാണ്. നല്ല ഉയരമുള്ള നരച്ച കുറ്റിമുടിയും ചുണ്ടിലേക്കു വീണ മീശയും കാക്കി കളറുള്ള കുപ്പായവും കള്ളിലുങ്കിയും ആയി ഒരാൾ. ആഞ്ഞ കുടവയറിനു കുറുകെ ഒരു മരപ്പെട്ടി തുറന്ന് കഴുത്തിൽ കെട്ടിയ നാടകൊണ്ടു തൂക്കി ഇട്ടിരിക്കുന്നു. അതിൽ കുറേ പാക്കറ്റുകൾ ഉണ്ട്.

മൂപ്പര് പാടുകയാണ്,

'ബോംബെ പീഡാ
ബാങ്ങട മോനെ തുന്നട മോനെ
ബാങ്ങട മോനെ ബാങ്ങട മോനെ'

മുഴുവൻ ആളുടെയും ശ്രദ്ധ അങ്ങോട്ടായി. മൂപ്പരാണെങ്കിൽ നിൽക്കുന്നില്ല. പാട്ടിന്റെ താളത്തിൽ അങ്ങോട്ടും ഇങ്ങോട്ടും ആടിക്കൊണ്ടു നടക്കുകയാണ്. ആളുകൾ വാങ്ങാൻ തുടങ്ങി.

'ബോംബെ പീഡാ ബാങ്ങട മോനെ തുന്നട മോനെ
ബാങ്ങുമ്പം പച്ച
തുന്നുമ്പം ചോപ്പ്
ബാങ്ങട മോനെ തുന്നട മോനെ.'

ബസ്സിൽ സീറ്റിൽ ഒരു ടവ്വൽ ഇട്ടു ഞാനും ഇറങ്ങി. അപ്പോഴേക്കും കച്ചോടം പച്ചപിടിച്ചു. അയാൾ ഒറ്റ വാക്കും ഗദ്യത്തിൽ പറയില്ല.

'എത്തിര മാണം
ഒന്നോ രണ്ടോ
ബേണോ ജാസ്തി
എത്രയാ എന്ന് ചോദിച്ചാൽ
അമ്പതു പൈസ
ഉറുപ്യക്കു രണ്ട്
ബോംബെ പീഡാ ബാങ്ങട മോനെ
ബേണങ്കു മാങ്ങ്
ബേണ്ടെങ്കി ബേണ്ട
ബേണ്ടുമ്പം പറഞ്ഞോ
ഞാനീടീണ്ട്.'

അര മണിക്കൂർ കൊണ്ട് പെട്ടി കാലി. പച്ച ബെൽറ്റിന്റെ രണ്ടു പോക്കറ്റും ഫുൾ. എന്തൊരു കച്ചവട തന്ത്രം എന്ന് ഇപ്പോൾ ഓർക്കുന്നു.

സമയം കിട്ടിയാൽ അങ്ങാടി അനുഭവങ്ങൾ തുടരും.

ഏതി വരുത്തൽ

ഞങ്ങളുടെ ചെറുപ്പകാലത്തെ ഓൺലൈൻ വ്യാപാരമാണ് ഏതി വരുത്തൽ എന്ന് എഴുതി വരുത്തൽ. മൂലക്കുരുവിന്റെ മരുന്ന് പോലെ നാട്ടിൽ കിട്ടാത്ത മരുന്ന് മുതൽ ടർലിൻ തുണിയും മറ്റു പലതും. എന്റെ ഒരു അപ്പൂപ്പൻ ഉണ്ട്. മൂപ്പര് വന്ന് സ്നേഹപൂർവ്വം വിളിച്ചാൽ ഉറപ്പിക്കാം. എന്തോ എഴുതി വരുത്താൻ ഉണ്ട്.

അഞ്ചെട്ട് കൊല്ലം പഴക്കം ഉള്ള ഒരു കുപ്പി കൊണ്ടുവരും. 'ഈ മരുന്ന് ഈട ഒന്നും കിട്ടൂല്ല.

ഏതി വരുത്താൻ പറ്റുവോ നിനക്ക്?'

VPP ആണ് ഈ ഏതി വരുത്തൽ. ഇങ്ങനെ വരുത്തിയ വൃത്തികെട്ട മണമുള്ള ടർലിൻ തുണിയുടെ കുപ്പായം ഇട്ട് ഞെളിഞ്ഞുനടന്ന കാലം. ഒരു വീട്ടിൽ നാലു കുട്ടികൾ എങ്കിൽ നാലിനും ഒരേ തുണി. ഏറ്റവും നല്ല തയ്യൽക്കാരൻ തയ്ച്ചാലും മുൻഭാഗം പൊങ്ങിയിരിക്കും.

എഴുത്തും കുത്തും കാത്തിരിപ്പും സന്തോഷവും ഒന്നുമില്ലാതെ പല ജാതി 'ക്വറിയന്മാരും ഡെലിവറിയൻമാരും' പല വലുപ്പത്തിലുള്ള പാക്കറ്റുമായി വരുമ്പോൾ ഏതി വരുത്തിയ കാലം ഓർത്തുപോയി എന്നുമാത്രം.

നിലാവും ഓർമ്മകളും

എന്റെ ബാല്യം ഭയത്തിന്റെ ബാല്യമാണ്. രാത്രിയുടെ അനക്കങ്ങളിൽ, രാത്രിയുടെ ശബ്ദങ്ങളിൽ ഒക്കെ ഭയം മാത്രം. പേടിയെന്ന ബോധം എന്നാണ് മനസ്സിൽ രൂപപ്പെട്ടത് എന്ന് അറിയില്ല. പക്ഷേ പേടി എത്രയോ രാത്രികളിൽ വേട്ടയാടിയിട്ടുണ്ട്.

പകൽ കണ്ട രൂപങ്ങൾക്കും പകൽ കേട്ട കഥകൾക്കും പാട്ടുകൾക്കും രാത്രിയിൽ മറ്റൊരു രൂപാന്തരമുണ്ട്. പേടിയെ പരിഹസിക്കുന്നവരോട് പറയാം, പേടി ഒരു യാഥാർഥ്യമാണ്.

ഓരോ ദിവസവും ഓരോ പേടിയുമായി എത്തുമ്പോൾ വെളുത്ത പക്ഷത്തിനായി കാത്തിരുന്നിട്ടുണ്ട്.

നിലാവ് ഓരോ ദിവസവും കോരിച്ചൊരിയുന്ന പ്രതീക്ഷകൾ, എന്തെന്നില്ലാത്ത ഉന്മാദങ്ങൾ ഇന്നും പുതുമ നഷ്ടപ്പെടാതെ നമ്മളിൽ നിറഞ്ഞു നിൽക്കുന്നു. കൂരിരുട്ടിന്റെ ഭയത്തിനപ്പുറം കേട്ടു വളർന്ന കഥകളിലെ യക്ഷികളും ഗന്ധർവൻമാരും കിന്നരരും പറന്നു നടക്കുന്ന നിലാവിലും മറ്റൊരു ഭയം ഉൾച്ചേർന്നിരുന്നു. എങ്കിലും ആകാശത്തെ അമ്പിളിമാമൻ സാന്ത്വനത്തിന്റെ കുളിരുമായി പറയും, 'പേടിക്കേണ്ട, ഉറങ്ങിക്കോളൂ ഞാനില്ലേ.'

മഴമാറി ശിശിരവും വസന്തവും വരുമ്പോൾ പൗർണമിയുടെ മനോഹാരിത അനുഭവവേദ്യമായി തുടങ്ങിയപ്പോൾ, വാസന്തപഞ്ചമി നാളിന്റെ വിരഹം അറിഞ്ഞു തുടങ്ങിയപ്പോൾ, നിലാവ് ഒരു ലഹരിയായി. ചന്ദ്രനിൽ കാലുകുത്തിയ ആംസ്ട്രോങ്ങും ആൽഡ്രിനും ശാസ്ത്രവുമല്ല.

അമ്പിളിമാമനായി വളർന്നു വളർന്നു കവിതയും കഥയും അനാദിയായ പ്രണയവും ഉന്മാദവും തന്ന പൗർണ്ണമിത്തിങ്കൾ ഇന്നും പുതുമ നഷ്ടപ്പെടാത്ത കുളിരോർമ്മയാണ്. നിലാവിന്റെ സാന്ത്വനം ഇന്നും ഞാൻ ഏറ്റുവാങ്ങാറുണ്ട്.

ഉപ്പേരി

മലബാറിൽ ഉപ്പേരി എന്നും തെക്കൻ ജില്ലകളിൽ തോരൻ എന്നും പ്രാദേശികമായി വറവ് എന്നും മറ്റും പറയുന്ന ഐറ്റത്തെ പറ്റിയാണ് വർത്തമാനം. പച്ചക്കറി വിഭവങ്ങളെപ്പറ്റി മാത്രമേ പറയാൻ ഞാൻ ആളുള്ളൂ.

ഉപ്പേരിക്കായി എന്തും ഏതും ആവാം എന്നാണ് വയ്പ്പ്. പക്ഷേ ക്ലാസ്സിക് ഐറ്റം നേന്ത്രക്കായ കൊണ്ടുള്ള മിഴുക്കുപുരട്ടി മുതൽ തുടങ്ങുന്നു. സദ്യകൾക്കൊക്കെ ഇതൊരു അവിഭാജ്യ ഘടകമായിരുന്നു. കാബേജ് ഉപ്പേരി അത്ര പോരാ എന്നാണ് എന്റെ അഭിപ്രായം. പിന്നെ ചെറു തരം ഹോട്ടലുകളിൽ ലോകത്തു കിട്ടാവുന്ന ഏറ്റവും ചെറിയ സ്പൂൺകൊണ്ട് വിളമ്പാൻ നിർവ്വികാരമായ ഈ ഉപ്പേരിയാണ് നല്ലത്.

ഇടിച്ചക്ക വറുത്തിട്ട തേങ്ങാ കൂടി ഇട്ടാൽ, ശിവ ശിവ! അത് മാത്രം ഊണിന്. മുരിങ്ങയില ഉപ്പേരി ഒരു രാജാവ് തന്നെ - രാജാവ് എന്ന് പറഞ്ഞുകൂടെങ്കിൽ മുഖ്യമന്ത്രി. പപ്പായ ചിരകി ഉണ്ടാക്കുന്ന ഉപ്പേരി ചൂടോടെ കഴിച്ചിട്ടുണ്ടോ. ഹൗ! അതൊരു കേമമായ സംഗതി ആണ്. നീളൻ പയർ, കയ്പ്പക്ക നല്ലോണം ഡ്രൈ ആക്കി കുറച്ച് വെളിച്ചെണ്ണയും ഒഴിച്ച് കഴിക്കുമ്പോൾ കൊളസ്ട്രോൾ ഭീതി ഒക്കെ മാറ്റി വക്കണം. ഇല ഉപ്പേരികൾ സ്വാദുകളുടെ പ്രത്യേക വിഭാഗമാണ്. കുമ്പളം, ചേന, ചേമ്പ്, തകര ഒക്കെ ഒന്നിനൊന്നു കേമം. കുമ്പളത്തിന്റെ ഇല കുറച്ച് വെളിച്ചെണ്ണ മാത്രം ഒഴിച്ച് ചൂടോടെ കിട്ടിയാൽ ഒന്നും പറയാനില്ല. ചെറുപയർ, മമ്പയർ ഒക്കെ കൊണ്ടുള്ള ഉപ്പേരി കഞ്ഞിക്കാണ് ചേരുക.

കിഴങ്ങു വർഗ്ഗത്തിൽ കൂർക്ക കിഴങ്ങിനാണ് ഞാൻ ഒന്നാം സ്ഥാനം കൊടുക്കുക. ചേനയും ഒട്ടും തെറ്റില്ല. കാരറ്റ്, ബീറ്റ്റൂട്ട്, ഉരുളക്കിഴങ്ങ്

തുടങ്ങിയ നൃജൻ ഉപ്പേരികൾ പഥ്യമുള്ളവരുമുണ്ട്.

ചീരയെ പറ്റി പറയാൻ വിട്ടുപോയാൽ മഹാ അപരാധം ആയിപ്പോകും. വഴുതിനങ്ങ കൊണ്ടും നല്ല ഉപ്പേരി ഉണ്ടാക്കാം.

മലയാളി ഭക്ഷണശീലത്തിൽ ഇതൊരു സഹനടനോ സഹനടിയോ അല്ല. ഒന്നാംതരം കാരക്ടർ റോളാണ്. എല്ലാവരെയും കല്യാണം കഴിച്ചു കാണാൻ ആഗ്രഹിക്കുന്ന മലയാളി ചിലപ്പോൾ രണ്ടുപേരെ അങ്ങ് ചേർക്കും. കായും പയറും, ചക്കക്കുരുവും കായയും, ചേനയും കായയും, അങ്ങനെയൊക്കെ. അത് വേണ്ടാ എന്നാണ് എന്റെ അഭിപ്രായം. ഈ ചക്കക്കുരു ഉപ്പേരി റോളിൽ മഹാ കേമൻ തന്നെ. വാഴക്കാമ്പ് (ഉണ്ണിപ്പിണ്ടി) കഴിച്ചവർ അതിന്റെ ആരാധകരാവും.

ഇനി വലിയ അംഗീകാരമില്ലാത്ത ചിലരുണ്ട്. നേന്ത്രക്കായയുടെ തൊലി. വറുത്തിട്ടു വരുന്ന ഇവന്റെ കൂടെ നല്ല ചൂട് രസം കൂടി ഒന്നു സങ്കൽപ്പിച്ചു നോക്കൂ. പണ്ടൊക്കെ സദ്യ തലേന്ന് ഉപ്പേരി വറുത്തു ബാക്കിയാവുന്ന തൊലി കൊണ്ട് ഈ കോമ്പിനേഷൻ പതിവാണ്. (ഇടയ്ക്ക് ഒരു നിലവാരമില്ലാത്ത കാര്യം) മിഴുക്കു പുരട്ടി ഉണ്ടാക്കാൻ ഉപ്പിട്ട് വേവിച്ച കായ വെന്തു കഴിഞ്ഞാൽ ഊറ്റി വച്ച വെള്ളത്തിൽ കുറച്ചു വെളിച്ചെണ്ണ ചേർത്തു ഉണ്ട് നോക്കൂ. വിവരം സ്വകാര്യം പറഞ്ഞാൽ മതി.

ഉപ്പേരി മാഹാത്മ്യം പറഞ്ഞാൽ തീരില്ല. വിമർശകർ ഒക്കെ പറയുംപോലെ വിസ്തരഭയത്താൽ നിർത്തുന്നു. ഞാൻ നിസ്സംശയം പറയും ഊണിന്റെ ആത്മാവാണ് ഉപ്പേരി.

ബസ്സ പുരാണം

നാട്ടിൻ പുറങ്ങളിൽ ബസ് ഒരു വലിയ വിഷയമായിരുന്നു പണ്ടൊക്കെ. പണ്ടെന്നുവച്ചാൽ വളരെ പണ്ട്. ഞങ്ങളുടെ നാട്ടിലെ ആദ്യകാല ബസ്സുകളാണ് NKBT യും MPC യും. പഴയ മൂക്കുള്ള (പുറത്തു ബോണറ്റും എഞ്ചിനും ഉള്ള) ബസ്സുകൾക്ക് ശേഷം വന്ന ബസ്സുകൾ. ഇടത്തൊരു നീളൻ സീറ്റും വലത്തു കുറച്ച വിലങ്ങൻ സീറ്റുകളും. അതിൽ കയറുന്നതും ഇരിക്കാൻ പറ്റുന്നതും ഒക്കെ വലിയ കാര്യമാണ്. നിർത്തിയും നിരങ്ങിയും ഓടുന്ന ഈ ബസ്സും ബസ്സുകാരും നാട്ടുകാർക്ക് പ്രിയപ്പെട്ടവരാണ്.

കുരുത്തംകെട്ട പിള്ളേർ എല്ലാത്തിനും പാരലൽ പേരിടും. ചിലതിൽ കുറച്ച ആഭാസമൊക്കെ ഉണ്ടാവും. MPC മലബാർ പൂവട്ട ചാക്കോ എന്നും NKBT നാതിയൻ കിട്ടൻ ബെഞ്ചുമ്മ ളുറി എന്നും ആയിരുന്നു എന്നാണ് ഓർമ്മ. NKBT ക്കു നട്ടുക്കണ്ടത്തിൽ ബളിയിട്ട താച്ചി എന്നും ഒരു വ്യാഖാനമുണ്ട്.

ഇങ്ങനയൊക്കെ പറഞ്ഞാലും ഈ ബസ്സുകൾ ഓടിക്കൊണ്ടിരിക്കെ നിന്ന് പോയാലൊക്കെ സകലതും ചെയ്ത് കൊടുക്കുന്നത് നാട്ടുകാരാണ്. കട്ട വക്കുക, വെള്ളം കോരി ഒഴിച്ച തണുപ്പിക്കുക, തള്ളി സ്റ്റാർട്ടാക്കുക അങ്ങനെ പലതും. ഇറങ്ങാനും കേറാനും ഒക്കെ പരസ്പര സഹായം ഉണ്ടാവും. കട്ട വക്കുക എന്ന ഒരു പ്രയോഗമുണ്ട്. ഒരിക്കൽ രവി എന്ന് പേരുള്ള ഒരു തടിയൻ കുട്ടി സ്കൂളിന്റെ MPC ബസ്സിന് മുമ്പിൽ പെട്ടു. രവി കുറച്ച കുറവുകൾ ഉള്ള ആളാണ്. ഇന്നത്തെ ഭിന്നശേഷി. അതിനു ശേഷം രവിയുടെ പേര് MPC കട്ട എന്നായി.

കോ ഓപ്പറേറ്റീവ് ബസ് വന്ന കാലത്ത് കണ്ണൂരുകാർ കോപ്രാട്ടി എന്നാണ് പറയുക. കളിയാക്കുന്നതല്ല. കണ്ണൂരുകാർ സംസാരിക്കുന്നത് തന്നെ അതിവേഗത്തിലാണ്. ആട് ഇല തിന്നുംപോലെ പാതി ചവച്ചും ചില അക്ഷരങ്ങൾ വിഴുങ്ങിയും. ഇടക്ക് ചില മുക്കലും മൂളലും ഒക്കെ ഉണ്ടാവും. അക്ഷരങ്ങൾ ഉപയോഗിക്കാൻ വലിയ പിശുക്കാണ്. ആപ്പാ, ഇല്ലപ്പാ, ഓനോട് പറഞ്ഞാതി, അപ്പാട് ശര്യാവും എന്നൊക്കെ മട്ടിൽ.

എല്ലാ നാട്ടിലും ഓരോ പ്രത്യേകത ഉണ്ടാവും. ഇത് പറഞ്ഞു തീർത്തിട്ട് വേറേ പണി ഉണ്ട് എന്ന മട്ടിൽ. പിന്നെ പിന്നേ ബസ്സുകൾ ഒക്കെ കൂടി, യാത്രക്കാർ കൂടി, വിദ്യാർത്ഥികളും ഒക്കെയായി അടിപിടിയായി. അങ്ങനെ പലതും.

MPC ബസ് മറിഞ്ഞു കിളി നമ്പി അടക്കം പലരും മരിച്ചു പോയതും കിളി ഓടിച്ച മറ്റൊരു ബസ് പാലത്തിൽ നിന്ന് വീണ് ചിലർ മരിച്ചു പോയതും മാരകമായി മുറിവേറ്റതും ഒക്കെ അന്നത്തെ നാടിനെ നടുക്കിയ ഓർമ്മകളാണ്.

ബ്ലാച്ചിൽ ഇണ്ടേ ബൗക്കം

എന്ന് പറഞ്ഞാൽ എന്താ മനസ്സിലായത്? എന്റെ ഒരു ബന്ധുവും സുഹൃത്തുമായ ഒരാളാണ് ഈ ബ്ലാച്ചിൽ പ്രയോഗം ഓർമ്മിപ്പിച്ചത്. ബ്ലാച്ചിൽ എന്ന സാധനം വെള്ളം വീഴുന്നിടത്തും കുളിമുറിയിലും മഴക്കാലത്ത് മുറ്റത്തും വളരുന്ന വഴുവഴുപ്പുള്ള ആൽഗേ പോലുള്ള സംഗതിയാണ്. കൊട്ടും വഴുക്കലുള്ള ഈ പ്രദേശത്തുകൂടെ ഹവായി ചപ്പലിട്ടു നടന്നാൽ ചക്ക പറച്ചിട്ടുംപോലെ വീഴും. ഒരു സെക്കന്റിന്റെ പത്തിലൊന്നും വേണ്ട പൊത്തോ എന്ന് വീണു സാരമോ നിസ്സാരമോ ആയി പരിക്കേൽക്കാനോ ഹെഡ് ഇഞ്ചുറി എന്ന മുന്തിയ അവസ്ഥക്ക് കാരണമാവാനും. ഇത് ഈ മഴക്കാലത്ത് ഇന്റർലോക്ക് നിലങ്ങളിൽ മാരകമാണ്. ബ്ലാച്ചിൽ എന്ന വാക്കിൽ തന്നെ ആ സംഗതിയുടെ അറപ്പും അപകടവുമുണ്ട്.

'ഓന്റെ ബീട്ടിന്റെ ബയ്യിലൊന്നും പോയ്ക്കടാപ്പാ, ബ്ലാച്ചിലും പുല്ലും കൊട്ടുത്തേം എല്ലായിറ്റ്, ഉയിശ്.'

ബൗക്കം എന്നുവച്ചാൽ വഴുതും എന്നാണ്. ഈ അടുത്ത കാലത്ത് പ്രാദേശിക ഭാഷ മിമിക്രിക്കാരും എഴുത്തുകാരും ഒക്കെക്കൂടി വലിയ സംഗതി ആക്കുന്നുണ്ട്. ഹോട്ടലിന്റെ പേരും ഒക്കെ അതുപോലെ. ഇതാണ് മലയാളം എന്ന മട്ടിൽ. അതിൽ ചില രാഷ്ട്രീയവും ഉണ്ട്. ഭാഷയെ മലിനപ്പെടുത്താനല്ല, ഇങ്ങനെയും ഉണ്ട് എന്ന് പറഞ്ഞതേ ഉള്ളൂ. ഒരേ ഭാഷയ്ക്ക് തന്നെ പരിഭാഷകൻ വേണം, അല്ലേ?

എന്തായാലും മഴക്കാലത്തു സൂക്ഷിക്കുക.

'ബ്ലാച്ചിലുണ്ട്, ബൗക്കം.'

'വെളിഞ്ഞിർ'

'ബലിച്ചാ ബലിയും ബലിബിട്ടാ സുരുളും.'

'എന്നാത്?'

'പാത്തു പറ'

'ചക്ക പസ'

'അല്ല.'

'ബേറെ ആരിക്കെങ്കിലും അറ്യൊ.'

'ഇല്ല' (കോറസ്)

'ഡബ്ബറ്.'

ചിരി

ഇതു പണ്ട് നാട്ടിൽ പറയുന്ന ഒരു കഥയാണ്. ഈ ചക്കപ്പശയാണ് വെളിഞ്ഞിർ. ഇതിന്റെ രസതന്ത്രം ഒന്നും എനിക്ക് അറിയില്ല. ചക്കക്കാലത്തെ ഒരു അത്യാപത്താണ് ഈ സാധനം. മൊളിഞ്ഞി, വെളിഞ്ഞി എന്നൊക്കെ പറയുന്ന ഈ സാധനവും കളയാറില്ലായിരുന്നു. എന്തും ഏതും ഉപയോഗിക്കുന്ന സാമ്പത്തിക നയമാണ് അന്നത്തേത്.

ചക്ക പണി എപ്പോഴും വീടിന്റെ പിൻഭാഗത്താണ്. ചക്ക ഇടാനും വെട്ടിക്കൊടുക്കാനും ആണുങ്ങൾ.

അത് ചെറുതാക്കാനും (പാണ്ടുക)ചുള ഇരിയാനും അതിന്റെ മൂക്ക് ചെത്തി നുറുക്കാനും പെണ്ണുങ്ങൾ. മുറത്തിലോ തടുപ്പയിലോ നുറുക്കി കൂട്ടും. ഒരുപാട് ആൾക്കാരും പണിക്കാരും ഒക്കെ ഉണ്ടെങ്കിൽ വട്ടമിട്ടിരുന്നു

ഈ പണി ചെയ്യുമ്പോൾ ഒരു കല്യാണ സദ്യ ഒരുക്കുംപോലെ തോന്നും.

വെട്ടിവച്ച ചക്കയിൽ നിന്ന് ഒലിക്കുന്ന വെളിഞ്ഞിർ കൈകാര്യം ചെയ്യുന്നതാണ് വിഷയം. അതൊരു ഉണക്ക കമ്പിൽ ചുറ്റി ചുമരിൽ കുത്തിവക്കും. ചക്ക സീസൺ കഴിയുമ്പോൾ അത്തരം കുറേ ഉണ്ടകൾ റെഡി ആവും. അബദ്ധത്തിൽ ചുമര് ചാരി നിൽക്കുന്ന ആളുടെ പുറം ഒട്ടി നാശമായി പോയാൽ വെളിച്ചെണ്ണ ഒഴിച്ച കത്തി കൊണ്ട് ചുരണ്ടി വേണം രക്ഷപെടുത്താൻ.

എത്ര ശ്രദ്ധിച്ചാലും ഈ ചക്ക പശ ചവിട്ടിയും കുട്ടികൾ അതുമായി ഓടിയും വീടാകെ പടർത്തും.

പഴുത്ത ചക്ക ഉരിയുന്നതു ഒരു മഹോത്സവം ആണ്. അതിനു ചുറ്റും അംഗങ്ങൾ കൈനീട്ടിയും ചിലർക്ക് ചക്ക പാണ്ട അങ്ങനെ തന്നെ കൊടുത്തും ഒക്കെ അതൊരു കൂട്ടായ പരിപാടിയാണ്.

ഈ വെളിഞ്ഞിർ പന്തങ്ങൾ ചിലപ്പോൾ കത്തിക്കും. വെളിച്ചത്തിനായി. മണ്ണെണ്ണ ലാഭിക്കാനാണ് ഇത്. ഇങ്ങനെയൊക്കെയാ ഞങ്ങൾ ഒക്കെ രാത്രിയിൽ ഇരുന്നു പഠിച്ചത് എന്നൊക്കെ വയസ്സന്മാർ മേനി പറയും.

വെളിഞ്ഞിറും ഓടിന്റെ പൊടിയും ചൂടാക്കിയുള്ള മിശ്രിതമാണ് ലോക്കൽ വെൽഡിങ്. ഓട്ടയായ മൺപാത്രങ്ങൾ ഓട്ടയടക്കാനും ഉപ്പിലിട്ട അച്ചാറിന്റെ മൂടി എയർടൈറ്റ് ആയി അടക്കാനും ഇതാണ് കൂട്ട്. ഈച്ച ശല്യം കൂടുമ്പോൾ കുറച്ചു ഫ്രഷ് വെളിഞ്ഞിർ ഇലയിലാക്കി വക്കും. അതിൽ ഈച്ചകൾ ഒട്ടി നിര്യാതരാകും. കളിക്കിടയിൽ അത് ചവിട്ടി ഓടിയാൽ ചീത്ത. വെളിച്ചെണ്ണ കൂടുതൽ എടുത്താൽ ചീത്ത. മൊത്തത്തിൽ ചീത്ത കേൾക്കാത്ത കാര്യങ്ങൾ നന്നേ കുറവ് തന്നെ.

സമസ്ത വസ്തുക്കളും ഉപയോഗിച്ച് പ്രകൃതിയെ ആശ്രയിച്ച് മാത്രം ജീവിച്ച കാലത്തെ അപ്രധാനമായ ഒരു സംഗതി ഓർമ്മിപ്പിച്ചതാണ്.

മണി

ഇപ്പോ പാർട്ണർ ആയ അച്ഛനും അമ്മയും ആപ്പമൊക്കെ പഠിപ്പായി കഴിഞ്ഞ കാലത്ത് ഓർക്കാൻ പറ്റാത്ത ചില ഓർമ്മകൾ ഉണ്ട്.

സ്മാർട് റൂമും കുപ്പായത്തിനു മേലെ കുപ്പായവും ഒക്കെ ഉള്ള സർക്കാർ കിഫ്ബി സ്കൂൾ കാണുമ്പോൾ അസൂയ തോന്നാറുണ്ട്. പക്ഷേ മക്കൾക്ക് പോവാൻ കുട്ടുന്നില്ലല്ലോ എന്നോർക്കുമ്പോൾ സങ്കടവും.

ഞങ്ങൾ പഠിച്ച സ്കൂളിൽ മുഖ്യമായ ഒരിനമാണ് മണിയടി. അതിന്റെ അവകാശി ശിപായി ആണ്. രാവിലത്തെ നീളൻ മണി. അസംബ്ലി മണി. പീരീഡ് കഴിയുമ്പോൾ ഉള്ള ഒറ്റ മണി.

അതിൽ സന്തോഷ മണികൾ 11.30നു പത്തു മിനിറ്റ് ഇടവേള മണി, ഉച്ചയ്ക്കുള്ള ഉപ്പുമാവിനുള്ള മണി, വൈകുന്നേരത്തെ നീണ്ട മണി. ഇടവേളക്ക് പറയുന്നത് കളിക്കാൻ വിടുക എന്നാണ്. അത് കേട്ടാൽ ഓരോ ക്ലാസ്സിൽ നിന്നും ഇട്ടിക്കണ്ടപ്പന്മാർ ഹമാസ് റോക്കറ്റുപോലെ പുറത്തേക്ക് കുതിക്കും. അന്തംവിട്ട ഓട്ടത്തിൽ മിസൈലുകൾ കൂട്ടിമുട്ടി വീഴുക ഒക്കെ പതിവാണ്.

പറയാൻ വന്നത് അതല്ല. ഈ മണിയടി അക്കാലത്തെ ആൺകുട്ടികളുടെ ഒരു മോഹമാണ്. അതിനായി ശിപായിയെ മുതിർന്ന കുട്ടികൾ സോപ്പിടും. ശിപായി ഒരു മടിയനായതിനാൽ പലർക്കും അവസരം കിട്ടാറുണ്ട്. ഒരു ഒറ്റയപ്പം പോലെ കമ്പിയിൽ കെട്ടിത്തൂക്കിയ മണി ഓരോ ആൺകുട്ടിക്കും മോഹമാണ്. ഞാൻ സ്കൂൾ ഹെഡ്മാസ്റ്ററുടെ മോനായിട്ടും ഒന്നോ രണ്ടോ വട്ടമോ മാത്രമേ മണി അടിക്കാൻ കഴിഞ്ഞിട്ടുള്ളൂ. അതും നീണ്ട മണിയൊന്നുമല്ല.

അങ്ങനെയിരിക്കെ ഓട്ടക്കാരനും അടിക്കാരനുമായ അന്ത്രുമാൻ എന്ന അന്ത്രു ശിപായിയുടെ സഹായിയായി. ബോർഡ് തുടക്കുക, ഉപ്പുമാവ് വിതരണം, ക്ലാസ്സിൽ കേറുന്ന നായ്ക്കളെ ഓടിക്കൽ, തിങ്കളാഴ്ച ദിവസം ക്ലാസ്സിൽ ഒഴിവു ദിവസങ്ങളിൽ പൈക്കൾ ഇട്ടുവച്ച ചാണകം കോരി കളയുക, ലേഡി ടീച്ചേഴ്സിന് ചായ വാങ്ങിക്കൊടുക്കുക അങ്ങനെ പലതും. അങ്ങനെ മണിയടിയിലും അന്ത്രു കുത്തക സ്ഥാപിച്ചു.

എ.ഇ.ഒ. വന്ന സ്പെഷ്യൽ അസംബ്ലിയാണ് അവസരം. ശിപായി നീളൻ അടിച്ചു. കുട്ടികൾ വരിവരിയായി നിരന്നു. അടുത്ത മണി അടിക്കാൻ അന്ത്രു വല്ലാതെ മോഹിച്ചു. ശിപായി വഴങ്ങി. അന്ത്രു മരച്ചുറ്റികയുമായി തണയിൽ കയറി ആഞ്ഞ് ഒരറ്റ അടി. 'ക്ലീം' എന്ന് കട്ടി ദോശ പിളർന്നു മിണി മുണീന്ന് താഴെ വീണു. കറുത്തിരുണ്ടു എ.ഇ.ഒ.

ഏട്ടു മാഷേ രൂക്ഷമായി നോക്കി. മാഷ് ശിപായിയെയും.

അന്ത്രു മടക്കിക്കുത്തി വാണം പോലെ എങ്ങോട്ടോ കുതിച്ചു. പിന്നെ മണി ആരോ ഉപേക്ഷിച്ച പാതി തുരുമ്പെടുത്ത ഒരു കൈക്കോട്ടായിരുന്നു. മണിയുടെ ഗ്ലാമർ പോയതോടെ ശിപായി തന്നെ അത് കൈകാര്യം ചെയ്തു. അന്ത്രു പിന്നെ സ്കൂളിൽ വന്നില്ല. കുറേക്കാലത്തിനു ശേഷം അന്ത്രു എന്നെ വിളിച്ചു, അങ്ങാടീൽ ഒരു കടയിൽ നിന്ന്. അവൻ വലിയ മലഞ്ചരക്ക് വ്യാപാരിയാണ്. കൂട്ടിയിട്ട റബ്ബർ ഷീറ്റിനും കുരുമുളകിനും ഇപ്പുറത്തിരുന്നു ചീട്ടെഴുതി നോട്ടുകെട്ട് തുപ്പല് കൂട്ടി എണ്ണിക്കൊണ്ട് അവൻ പറഞ്ഞു, 'രണ്ടു ലേറ്റ് ചായ.' അത് കുടിച്ചോണ്ടു ഞങ്ങൾ സൗഹൃദത്തിന്റെ ഊഷ്മളത പങ്കിട്ടു. 'എടാ ഞാൻ ഒരു സത്യം പറയട്ടെ. ആ മണി പൊട്ടിയേന കൊണ്ടാ ഞാൻ കൈച്ചലായത്.'

വെറുതെ മോഹിക്കാമല്ലോ?

ഏതു ഊഷരമനസ്സും തണുപ്പിക്കാൻ പൊട്ടി അടർന്നു വീഴുന്ന ഒരു മഴയ്ക്ക് കഴിയും. ഇടിച്ചുതകർത്തു നാല് നാളായി മഴ പെയ്യുന്നു. ഇന്നലെ ആകാശം ഇടിച്ചു പിളർത്തി ചൊരിഞ്ഞ മഴയുടെ കുത്തിയൊലിപ്പിൽ ഭൂമി തണുത്തു. നനഞ്ഞു നിൽക്കുന്ന മരങ്ങളും കാട്ടുചെടികളും ഒന്നു ഉലഞ്ഞിട്ടുണ്ട്. എന്തെന്നില്ലാത്ത ഒരു അനുഭൂതിയുടെ മൂർദ്ധന്യം അനുഭവിച്ച പോലുണ്ട്. പക്ഷികൾ പതിവുപോലെ വർത്തമാനവും പാട്ടും തുടങ്ങി. എല്ലാവരും ഉത്സാഹത്തിലാണ്. പതിവ് പൂക്കൾക്ക് പുറമെ ആമ്പലും വിരിഞ്ഞിട്ടുണ്ട്. ടെറസ്സിലെ ചാരുകസാരയിൽ ഇരുന്ന് ഈ തണുപ്പിന്റെ സാന്ത്വനത്തിൽ അലിയുമ്പോൾ ഞാൻ പ്രതീക്ഷിച്ചു പോവുകയാണ്, നാടകീയമായ പ്രതിഭാസം പോലെ മഹാമാരി പടരുന്ന ഈ ദുരന്ത കാലത്തിലേക്ക് ഒരു സാന്ത്വന മഴ ഉടൻ പെയ്യുമെന്ന്.

കോവിഡ് ഓണം

മറ്റൊരു ഓണപ്പുലരി കൂടി. മഴയില്ല, നേരിയ കുളിരുള്ള മഞ്ഞുതുള്ളികളില്ലാത്ത പുലരി. രാത്രി മുഴുവൻ സന്ദേശങ്ങൾ വന്നുകൊണ്ടിരുന്നു, ഇപ്പോഴും വന്നുകൊണ്ടിരിക്കുന്നു. A യ്ക്കു പകരം V യ്ക്കാണ് പ്രാധാന്യം. actual നു പകരം virtual എന്നാണ് ഉദ്ദേശിച്ചത്. പാട്ടും നൃത്തവും കല്യാണവും മീറ്റിംഗുകളും ഒക്കെ ഫോണിലൂടെ തന്നെ. ഇത്തവണത്തെ ഓണം actual ഓണമാണ്. ആർഭാടങ്ങളില്ല, കച്ചവടത്തിന്റെ അതിപ്രസരമില്ല. കുടുംബങ്ങളിൽ ഒതുങ്ങുന്ന ഓണം. കിട്ടിയ പൂവ് കൊണ്ടുള്ള പൂക്കളം. ഓണം എന്ന കാർഷിക വിളവെടുപ്പുത്സവം കച്ചവടത്തിന്റെ കസവുകളിൽ തിളങ്ങുന്ന ഓണമായി വീടുകൾ വിട്ട് ഓഫീസുകളിലേക്കും സ്ഥാപനങ്ങളിലേക്കും ആഴ്ചകളിലൂടെയുള്ള ധൂർത്തായി മാറിയത് നമ്മൾ ഇപ്പോൾ തിരിച്ചറിയുന്നു.

കഴിഞ്ഞ മാസങ്ങൾ നമ്മളെ ഉൾവലിയാനും ഒതുങ്ങാനും പഠിപ്പിച്ചു. ദുരന്തങ്ങളും ദുരിതങ്ങളും ഒക്കെ ഇടകലർന്ന നിറമില്ലാത്ത ദിനങ്ങളിലെ ഈ ഓണം വിലപ്പെട്ടതാണ്. ഓരോ സന്ദേശവും പരസ്പരമുള്ള ആശ്വസിപ്പിക്കലാണ്. ഞങ്ങൾ കൂടെയുണ്ട്, നമ്മൾ ഒന്നിച്ചാണെന്ന ഓർമ്മിപ്പിക്കൽ.

മിത്തുകളുടെ സൗന്ദര്യം അതിന്റെ യുക്തിയിലോ വൃഥാ തർക്കങ്ങളിലോ അല്ല. അതിന്റെ അവകാശം ഏറ്റെടുത്ത് വികൃതമാക്കുമ്പോൾ തനിമ ഇല്ലാതാവുന്നു.

ഓണം ഉത്സവമാണ്, സമൃദ്ധിയുടെയും സമത്വത്തിന്റെയും ഉത്സവം. കഴിഞ്ഞ കാലത്തിന്റെ നിർഭയമായ തിരുവോണങ്ങളുടെയും കൊയ്ത്തുകാലത്തിന്റെ സുഭഗമായ ഓർമ്മകളുടെയും വില നാം അറിയുന്നു.

തിരിച്ചറിവുകളുടെ ഈ തിരുവോണം മറ്റൊരു കാഴ്ച സമ്മാനിക്കുന്നു. മുഖാവരണങ്ങളില്ലാത്ത ഓണത്തിനായി ഇനിയും കാത്തിരിക്കാം. വരാനിരിക്കുന്ന നന്മയുടെ പ്രതീക്ഷാ നിർഭരതയുടെ ആശ്വാസത്തോടെ ഒരു ചെറു പൂക്കളമിടട്ടെ. ഒരു ലഘു സദ്യയും.

ഹൃദയംഗമമായ ഓണാശംസകൾ.

മഴയും ഒരു കോവിഡ് ദിനവും

മഴ പെയ്യുകയാണ്, പുതുമണ്ണിന്റെ ഗന്ധം. വലിയ മിന്നലും വെടിക്കെട്ടും ഒന്നും ഇല്ല. ചെറുതുള്ളികൾ വീണ മണ്ണ് നനഞ്ഞു, ചെറിയ നീർച്ചാലുകൾ ഒഴുകാൻ തുടങ്ങി. ഞാൻ കുട്ടിക്കാലം മുതലേ മഴയുടെ ആരാധകനാണ്, കഴിഞ്ഞ ദിവസങ്ങളിലെ കൊടുംചൂടിൽ നിന്നും ചെറിയ മോചനം.

മഴ പെയ്യേണ്ടതു മനസ്സിലേക്കാണ്. പക്ഷെ നിരാനന്ദവും ഭീതിയും തന്ന ദിനങ്ങൾക്ക് മാറ്റമില്ല. ബ്രിട്ടീഷ് പ്രധാനമന്ത്രി മുതൽ എത്രയോ മനുഷ്യരുടെ ശ്വാസത്തിനുള്ള നിലവിളി നമുക്ക് കേൾക്കാം. ശത്രു പിടി മുറുക്കുകയാണ്. പ്രതീക്ഷകളോടെ നാം ഓരോ പുലരിയും കാത്തിരിക്കുന്നു. ഇത്തിരി ആശ്വാസം തരുന്ന പുതുമഴക്ക് സ്വാഗതം.

അടുത്ത പരിചയക്കാരനായ നടൻ കലിംഗ ശശി അന്തരിച്ച വാർത്തയും അറിയുന്നു. പോയി കാണാൻ പോലും നിവർത്തിയില്ല ഞാൻ റഫീഖ് അഹമ്മദിന്റെ ഏറ്റവും പ്രിയപ്പെട്ട ഒരു വരിയോടെ അവസാനിപ്പിക്കട്ടെ 'മഴ കൊണ്ട് മാത്രം മുളക്കുന്ന വിത്തുകൾ ചിലതുണ്ട് മണ്ണിൻ മനസ്സിൽ'

കല്യാണവും കോവിഡും

ഇപ്പോഴാണ് നാലാൾ കാൺകെ താലികെട്ട് എന്ന പ്രയോഗം അന്വർത്ഥമായത്. നാലിന്റെ അഞ്ചിരട്ടി ഇരുപത് ആയാലും ആയിരങ്ങൾ ഒഴിവായല്ലോ?

നൂറു കണക്കിന് പേരെ വിളിച്ച നിശ്ചയം. അതിനു ഉത്തരേന്ത്യൻ മട്ടിൽ ഉള്ള ചില വേഷങ്ങൾ.

കല്ല്യാണത്തിന് മാസങ്ങൾ മുമ്പേ കത്തടിക്കലും തയ്യാറാക്കലും. പ്രൂഫ് നോട്ടവും കത്ത് സെലെക്ട് ചെയ്യാനുമൊക്കെ കുടുംബവും കൂട്ടുകാരും പോയി തർക്കിച്ച വോട്ടിനിട്ടു വേണം തീരുമാനിക്കാൻ.

കല്യാണത്തലേന്ന് പെട്ടിപ്പാട്ടും ഡാൻസും കൂത്തും ഗോഷ്ഠികളും, ഹാൽദി കില്ദി എന്നൊക്കെ പറഞ്ഞു ചില പുതിയ ഐറ്റങ്ങളും.

പാവം പെണ്ണിന്റെ വന്ദ്യ പിതാവ് ബാങ്കിൽ നിന്ന് ആജീവനാന്ത സമ്പാദ്യത്തിൽ നിന്ന് ഭൂരിഭാഗവും വലിച്ച് ജ്വല്ലറികളിലൂടെ കുടുംബസമേതം തീർത്ഥാടനം നടത്തി ശേഖരിച്ച സ്വർണത്തിന് കാവലിരിക്കും. ഒരു കറുത്ത ബാഗുമായി അസ്വസ്ഥനായി നടക്കുന്ന ഒരാളെ കണ്ടാൽ തീരുമാനിച്ചോളൂ അതാ കുട്ടീടെ അച്ഛൻ. 'അച്ഛാ ഒരു അഞ്ഞൂറ്, ഏയ് രണ്ട് ഇരുനൂറ്,' മൂപ്പർ വലിച്ചു കൊടുത്തുകൊണ്ടിരിക്കും. ബ്യൂട്ടീഷ്യൻ എന്ന രാജ്ഞിയെ കൂട്ടാൻ പ്രത്യേക വണ്ടി. അവരുടെ പരിവാരങ്ങൾക്ക് ഭക്ഷണം മുറിയിൽ. എല്ലാം കഴിഞ്ഞ് സമയത്തിന് തൊട്ടുമുമ്പേ കൈയിൽ കിട്ടുന്ന വധുവുമായി കുതിപ്പ്. ചെക്കനും മറ്റു ചില ചെക്കന്മാരും മപ്പടിച്ചു നിൽക്കുന്നുണ്ടാവും. ഡ്രസ്സ് കോഡ് എന്ന പേരിൽ ലോകത്തെങ്ങും കാണാത്ത കളറിലുള്ള ജൂബ്ബയോ പൈജാമയോ ഒക്കെയായി ഗുണ്ടകളെ പോലെ ആർത്തു വിളിക്കും.

സ്വർണത്തിലും മുല്ലപ്പൂവിലും പൊതിഞ്ഞ നായികക്ക് അകമ്പടിയായി അമേരിക്കയിലുള്ള അമ്മായിമാരും മക്കളും മുതൽ പലരും മെയ്ക്കപ്പ് മത്സരം കഴിഞ്ഞു നിലവിളക്കുമായി തപ്പിതടഞ്ഞു നടക്കും. പട പട കൊട്ട് തുടങ്ങിയാൽ ഹാൾ നിറയും. കാറിലിരുന്ന് സ്മാൾ അടിക്കുന്നവരും അപ്പോൾ പുറത്തു ചാടും. പിന്നെ വീഡിയോ ഫോട്ടോക്കാരുടെ പൃഷ്ഠവും പുറവും മാത്രമേ കാണൂ. പട പട മൂർധന്യത്തിലായാൽ താലി കെട്ടി എന്ന് ധരിക്കാം.

പിന്നെ ഹാളിൽ രണ്ടു വരി രൂപപ്പെടും, സ്റ്റേജിൽ കേറി മുഖം കാട്ടാൻ. മിടുക്കന്മാരും മിടുക്കികളും ഊണിനായി ഓടും. അടച്ചിട്ട ഗ്രില്ലിന് പുറത്ത് അഭയാർത്ഥികളെപ്പോലെ നിൽക്കും. തുറന്നാൽ പിന്നെ ഒരു ഉളുപ്പുമില്ലാതെ ഓടി അവനവനും ഭർത്താവിനും ഒക്കെ സീറ്റു പിടിക്കും. വിളമ്പുകാർ ഒരോന്നും ഉപസ്ഥരിച്ചു വരുമ്പോഴേക്കും ഡിസ്പോസബിൾ കപ്പിലെ പ്രഥമനും തീർത്ത് പുറത്തു ചാടി കൈ കഴുകി ഫോട്ടോ എടുത്തവർ വീട്ടിലേക്കും മറ്റുള്ളവർ ഹാളിലേക്കും. പങ്കെടുക്കുന്ന നാല് പേരുള്ള കുടുംബത്തിന് പുതിയ ഡ്രസ്സുമൊക്കെയായി അമ്പതിനായിരം രൂപാ എങ്കിലും ചിലവാവും.

ബാക്കി വന്ന സദ്യ വട്ടങ്ങൾ കുഴിച്ചു മൂടാൻ ഏർപ്പാടാക്കി ഏതാണ്ട് കാലിയായ ബാഗുമായി വീട്ടിലെത്തുന്ന വന്ദ്യ പിതാവ് കോൾമയിർ കൊള്ളും. എല്ലാം വേണ്ടപോലെയായി.

പയ്യന്റെ വീട്ടുകാർ സ്വർണശേഖരം മറ്റൊരു ബാങ്കിന്റെ ബി നിലവറയിലേക്കു മാറ്റും. ബാങ്കിൽ നിന്ന് ബാങ്കിലേക്ക് മാറുന്ന നിധി ശേഖരം. പിന്നെയും റിസപ്ഷൻ എന്ന പേരിൽ മറ്റൊരു കോട്ടും സൂട്ടും ലാച്ചയും ലാവിഷുമൊക്കെയായി ഇരിക്കാത്ത സിംഹാസനത്തിനു മുന്നിൽ ഇളിച്ചു നിൽക്കേണ്ട വധൂവരന്മാർ.

ഇരുന്നും ഓടിയും കിടന്നും ആകാശത്ത് ഡ്രോണുകൾ പറത്തിയും എടുത്ത ദീർഘ ചിത്രങ്ങൾ കൈയിൽ കിട്ടാൻ മൂന്നുനാലു മാസം വേണം. കണ്ടാൽ കണ്ടു അത്ര തന്നെ. ആൽബം കാണുന്നവർ അവനവന്റെ ഫോട്ടോ മാത്രം നോക്കി മടക്കിവക്കും.

ഇതൊക്കെ ലഘു വിവരണമാണ്. സവിസ്തരം പറഞ്ഞാൽ പിഎച്ച്ഡി പ്രബന്ധമാവും. ഇതൊക്കെ ഒന്ന് അടങ്ങി. വന്ദ്യ പിതാക്കൾക്ക് ഉറങ്ങാം. നാലാൾ കണ്ടാൽ പോരേ. മൂക്കും വായയും അല്ലേ പൊത്തുന്നുള്ളൂ. കണ്ണ് കെട്ടുന്നില്ലല്ലോ. കല്യാണങ്ങൾ നടക്കട്ടെ. തിരിച്ചറിവോ?

ആഘോഷങ്ങളുടെ ധാരാളിത്തങ്ങളിൽ നിന്ന് ഓരോന്നിന്റെയും ആത്മാവുകളിലേക്കു ഒതുങ്ങാൻ കാലം നിശ്ശബ്ദമായി നിർദ്ദേശിക്കുന്നു. അല്ല, കർശനമായി താക്കീത് നൽകുന്നു. ധാരാളിത്തത്തിന്റെ

പുളപ്പുകളാണ് നമ്മളെ ഇത്രമേൽ അല്പന്മാരാക്കിയത്, എന്തും ഏതും മാർക്കറ്റിംഗ് എന്ന് വിളിച്ച വിൽപ്പന ചരക്കുകളാക്കിയത്, തമ്മിലടിക്കാൻ കാരണമായത്. ഇത്തിരി നേരം കണ്ണടച്ചിരുന്ന് അവനവനിലേക്ക് നോക്കാനുള്ള ഒരു ഇടവേളയായി ഇതു കാണുന്നതല്ലേ ശരി. കൈവിട്ടു പോകുന്ന ആസക്തികളെ അന്തസ്സാര ശൂന്യമായ മത്സരബോധത്തെ മിതപ്പെടുത്താനുള്ള കരുതൽ സമയം.

ഇത് വിലപ്പെട്ടതാണ്. ജീവന്റെ, ജീവിതത്തിന്റെ, സമസ്ത ചരാചരങ്ങളുടെയും നിലനിൽപ്പിന് വേണ്ടിയുള്ള കരുതൽ. ഇരിക്കുന്ന കൊമ്പിന്റെ ഉറപ്പ് ബോധ്യപ്പെടാനുള്ള ഇടവേള. നന്മയിലേക്ക് മാത്രമേ കാലം പ്രവഹിക്കൂ. അത് തിരിച്ചറിയാനും കൂടെ ചേരാനും നേരമായി.

ഈ വിഷാദ ദിനങ്ങൾ കൊഴിഞ്ഞു പോവും. പുതിയ പുലരികളിൽ നാം ഉത്തരവാദിത്വത്തിന്റെ സൗഹൃദങ്ങളിൽ ആനന്ദം പങ്കുവക്കും. തീർച്ച.

അതൊക്കെ അവരാ

അതീവ ഗുരുതരമായ തമ്പുരാന്റെ രണ്ടാം വരവിൽ നമ്മൾ അന്ധാളിച്ച നിൽക്കുകയാണ്. ആര് ആരെ കുറ്റം പറഞ്ഞാലും സംഗതി ഭയാനകം. നമുക്ക് ഒരു ശീലമുണ്ട്. എന്നും വരാന്തയിൽ കിടക്കുന്ന ടീപ്പോയിൽ കാൽ തട്ടിയാലും പറയും. ഇതാരാ ഇവിടെ കൊണ്ടിട്ടത്. എന്ന് വച്ചാൽ എനിക്ക് അബദ്ധം പറ്റില്ല. പറ്റിയെങ്കിൽ കാരണം മറ്റുള്ളവരാണ്. ഇന്നലെയും കണ്ടു തനി നാട്ടിൻ പുറത്ത് ഒരിടത്ത് ഒരുപാട് വണ്ടികളും ഒരുപാട് ആൾക്കാരും. ഗംഭീരമായ കല്യാണം, ഫോട്ടോ, വീഡിയോ കുശലങ്ങളും പൊട്ടിച്ചിരിയും. എന്തിനവരെ പറയണം. ലക്ഷങ്ങൾ ഒന്നിച്ച് ഭാരത് മാതാ കി ജയ് വിളിച്ചാലും ഇൻക്വിലാബ് വിളിച്ചാലും മത മുദ്രാവാക്യം വിളിച്ചാലും തുപ്പൽ തന്നെയാണ് തെറിക്കുക. കോവിഡ് ടെസ്റ്റ് കഴിഞ്ഞു വന്ന് അലറുന്നവരല്ലല്ലോ ആരും. ഒരു മേളയും ഒരു പൂരവും കൂട്ട പ്രാർത്ഥനയും ഒരു ചടങ്ങും വേണ്ടെന്ന് വക്കാനുള്ള ഔചിത്യവും സംയമനവും നമുക്കുണ്ടായാലേ എന്തെങ്കിലും രക്ഷയുള്ളൂ.

മതമായാലും രാഷ്ട്രീയമായാലും മറ്റാരോ കൊണ്ടിട്ട മേശയുടെ ന്യായീകരണം നിർത്തണം.

എന്റെ കാര്യത്തിന് എപ്പോഴും ഒരു ഇളവും പരിഗണയും ആവശ്യപ്പെടുന്ന മനസ്സും മാറണം.

കാര്യങ്ങൾ കൈവിട്ടു കഴിഞ്ഞു.

പൊട്ടൻ

‘എടോ, ഈ പോലിസോ പട്ടാളോ മുന്തിയത്?’

‘ഞ്ഞി എന്ത് പൊട്ടനാടോ?’

‘പട്ടാളം കയിഞ്ഞിറ്റേ ഉള്ളൂ ഇന്റെ പൊലീസ്’

‘അപ്പോ മ്മളെ ബാലഷ്ണൻ നമ്പ്യാരെ മോൻ സുദാരനെ എസ്ഐ പോക്കർ രണ്ടു പൊട്ടിച്ച് ജീപ്പിലിട്ടു കൊണ്ടുപോയതോ. ഓൻ മിലിട്ടറി അല്ലേ.’

‘അത് പിന്നെ തെയ്യത്തിനു ബെള്ളം കുടിച്ച പോലീസുകാരനെ തക്കീറ്റല്ലേ? എന്നിറ്റ് പിറ്റേന്ന് പോക്കറു സുദാരന്റെ കാല് പിടിച്ചല്ലേ കയ്ച്ചിലായേ?’

‘അപ്പോ പട്ടാളം തന്ന്യാ മേലെ, അല്ലേ? സമാധാനം.’

‘ങ്ങേ?’

‘കൊറോണ കൺട്രോളാക്കാൻ പോലീസല്ലേ എനി.’

‘അയിന്?’

‘ഓല് തോറ്റാ പട്ടാളുണ്ടല്ലോ?’

‘അപ്പോ ഞ്ഞി പൊട്ടനല്ല, അല്ലേ’

ലോക്ക്ഡൗണിലെ ഭാര്യ

ലോക്ക്ഡൗൺ തുടങ്ങിയ ശേഷം എന്റെ ഭാര്യ വിശ്രമിച്ചിട്ടില്ല. അധ്യാപികയായ അവൾ മധ്യവയസ്സും കഴിഞ്ഞ് വിരമിക്കൽ പ്രായമെത്തുമ്പോഴും നൃത്തവും പാട്ടും ഉപേക്ഷിച്ചിട്ടില്ല. അവയൊന്നും ഞങ്ങളുടെ സുഖിമാൻ ജീവിതത്തെ ബാധിച്ചുമില്ല. അത്തരം സന്തോഷങ്ങളെല്ലാം കോവിഡ് നിർത്തിയിരിക്കുന്നു. എന്നിട്ടും കഴിഞ്ഞ ആറുമാസത്തോളമായി അവൾ വിശ്രമിക്കുന്നതായി കണ്ടിട്ടില്ല. അല്ലെങ്കിൽ സാധിച്ചിട്ടില്ല.

പാചകം, പഥ്യം, ആവർത്തനം, പുനരാവർത്തന സമർപ്പണം. സത്യത്തിൽ പുരുഷന്മാർ ലജ്ജിക്കണം, ഈ സമർപ്പണത്തിന്റെ ഗുണഭോക്താക്കളായി കാലയാപനം ചെയ്യുമ്പോൾ.

സ്ത്രീകൾ തന്നെ വീടും ശ്രീത്വവും. മുഖസ്തുതിയുടെ പുരുഷ മാർഗ്ഗം എന്ന് പറഞ്ഞാലും ഇത് പറയാതിരിക്കാൻ വയ്യ.

വാതിലടക്കുന്ന കുട്ടികൾ

സ്നേഹപ്രകടനങ്ങളും പരിഗണനകളും വളരെ കുറച്ചു കിട്ടിയ ഒരു തലമുറയുടെ ഭാഗമാണ് ഞാൻ. അച്ഛന്മാരും അമ്മാവന്മാരും ഒക്കെ അടക്കി വാണ കാലം. കുട്ടികളോടു ബാല്യം മുതൽ തന്നെ ശകാര ഭാഷയിലൊ കുറ്റടെപെടുത്തലോ ആയാണു ആശയ വിനിമയം.അമ്മമാർ അച്ഛന്മാരുടെ മഹത്വവും അമ്മാവന്മാരുടെ കേമത്വവും പറഞ്ഞു കൊണ്ടിരിക്കും. എന്റെ ഒരു സുഹൃത്തിനെ അമ്മ ഓർമിപ്പിച്ചു കൊണ്ടിരിക്കും. നിനക്ക് അഞ്ചു പെങ്ങമ്മാരാണ്, നിന്റെ ഉത്തരവാദിത്വം ആലോചിച്ചിട്ട് എനിക്ക് പേടിയാവുന്നു. (ഏതിന്റെയും നിർമാതാക്കൾക്കല്ലേ വിതരണാവകാശവും ഉത്തരവാദിത്വവും) ചെറിയ തെറ്റുകൾക്കും ശിക്ഷ. അടി, ഏത്തമിടൽ, ഇമ്പോസിഷൻ. സ്കൂളുകളിൽ ബെഞ്ചിൽ കയറ്റി നിർത്തി അടിക്കുക തുടങ്ങിയ രസകരമായ ആചാരങ്ങൾ കൊണ്ട് ഒന്നു വലുതായാൽ മതി എന്ന തോന്നലുള്ള കുട്ടികൾ.

സ്കൂളുകളും ശിക്ഷാ കേന്ദ്രങ്ങൾ ആയിരുന്നെങ്കിലും കുറേ നല്ലോണം പഠിപ്പിക്കുന്ന മാഷന്മാരും ഒട്ടും പഠിപ്പിക്കാത്ത മാഷന്മാരും അടി വീരന്മാരും ഒക്കെ ഉണ്ടെങ്കിലും അവിടെ ചങ്ങാത്തത്തിന്റെ ഒരു ഊഷ്മളത ഉണ്ടായിരുന്നു.

കൂട്ടു കുടുംബങ്ങളിൽ മുത്തശ്ശിമാരും മുത്തശ്ശന്മാരും ഒക്കെ ആണ് സ്നേഹം പുറത്തു കാണിക്കുക. അധികാരമില്ലാത്തവരുടെ ഒരു കൂട്ടായ്മ ഉണ്ടെങ്കിലും അങ്ങോട്ടും ഇങ്ങോട്ടും പറഞ്ഞുകൊടുക്കൽ ഒരു പതിവാണ്.

ഇത്രയൊക്കെ ആണെങ്കിലും കഴിഞ്ഞ ഒരു വലിയ കാലഘട്ടം നല്ല അനുഭവങ്ങളുടേതായിരുന്നു. താരതമ്യേനെ കാറ്റും കോളും കുറഞ്ഞ നല്ല

സാഹിത്യവും സിനിമയും ഒക്കെ ഉണ്ടായ കാലം. ജാതി മത വേർതിരിവുകൾ കുറഞ്ഞു വന്ന കാലം. ദേശീയ പ്രസ്ഥാനങ്ങളും അവയുടെ പിൻതുടർച്ചയും ഉണ്ടായ കാലം. മഹാമാരികളും ദുരന്തങ്ങളും കുറഞ്ഞ കാലം. ഇതു പറയുന്നത് നമ്മുടെ നാടിന്റെ അവസ്ഥ ഓർത്തു എന്നത് മാത്രമാണ്.

ഇന്നിപ്പോൾ പലതും അതിവേഗം മാറുകയാണ്. സുരക്ഷിതത്വ ബോധവും പ്രതീക്ഷകളും പരീക്ഷിക്കപെടുകയാണ്.

സാമൂഹിക അകലം എല്ലാ അർത്ഥത്തിലും കൂടുന്നുണ്ടോ ?

പറയാൻ തുടങ്ങിയത് അതല്ല.

വാതിലടച്ചിരിക്കുന്ന കുട്ടികൾ മിക്ക വീടുകളിലും പതിവാണ്. കഴിപ്പ്, ചില നേരമ്പോക്കുകൾ എന്നിവ കഴിഞ്ഞാൽ, അവരുടെ ആവശ്യങ്ങൾ സഭയിൽ അവതരിപ്പിച്ചാൽ പിന്നെ കൂട്ടിലേക്ക് മടങ്ങും. അതിഥികൾ അവരുടേതല്ല. അവ്വരുടെ അതിഥികൾ വേറേ. മൂന്നു മക്കളുള്ള വീട്ടിൽ മൂന്ന് തരം പ്രാതൽ. ഒരാൾക്കു ഇഷ്ടമുള്ളത് മറ്റൊരാൾക്ക് പറ്റില്ല. നമുക്ക് കിട്ടാത്തതൊക്കെ മക്കൾക്ക് നേടി കൊടുക്കാനും അത് വഴി സാർഥ കമാക്കുന്ന പാരന്റ് മോഹവും ഓർത്തു നോക്കിയാൽ വലിയ തമാശയാണ്.

പുലരും വരെ പാട്ടും പഠിപ്പും ഗെയിമും ഒക്കെ ആയി തളർന്നുറങ്ങുന്ന തലമുറ പ്രഭാത സൂര്യനെ കാണുന്നില്ല.

ഇതൊന്നും കുറ്റം പറച്ചിലല്ല. അവരൊക്കെ വലിയ മിടുക്കുള്ളവരും തുറന്ന മനസ്സുള്ളവരുമാണ്.

പക്ഷേ ഈ അടഞ്ഞ വാതിലാണ് പ്രശ്നം. ഇഷ്ടപെടാത്ത ഏതിനും വാതിലടക്കും. ആരെങ്കിലും അതിഥികൾ വന്നാലും, രാഷ്ട്രീയ സാമൂഹിക മായ വാർത്തകൾ വന്നാലും. സന്തോഷവും സങ്കടവും വന്നാലും.

ഒരുപക്ഷെ വാതിലുകൾ അടയ്ക്കാത്ത വിശാലമായ മുറികളിലും വരാന്തകളിലും ചിലവഴിച്ച അന്നത്തെ കുട്ടികളുടെ അസൂയ ആവാം. പല സങ്കടങ്ങൾക്കും തൂണുകളാണ് പിന്തുണയും സ്വാന്ത്വനവും തന്നത്.

ജീവിതം പരിഷ്കൃതമാകണം. സ്നേഹം പ്രകടിപ്പിക്കണം. കുട്ടികൾക്ക് സ്വാതന്ത്ര്യം കൊടുക്കണം. അവരുടെ പ്രശ്നങ്ങൾ അറിയണം. പക്ഷേ അവരും ഇടക്ക് വാതിൽ തുറന്നു എങ്ങനെ, എന്തൊക്കെ എന്ന് നോക്കിയാൽ കുറേക്കൂടി നന്നാവും.

പലേടത്തും കണ്ട കാഴ്ചകളിൽനിന്നും തോന്നിയ വെറും ഒരു തോന്നൽ.

തീവണ്ടി യാത്ര

കോവിഡ് നഷ്ടപ്പെടുത്തിയ അനന്ത സൗഭഗങ്ങളിൽ ഒന്നാണ് തീവണ്ടി യാത്ര. സൈക്കിൾ മുതൽ ഫ്ലൈറ്റ് വരെ പലവിധ യാത്രകൾ ഉണ്ടെങ്കിലും സാധാരണക്കാരന്റെ ജീവിതത്തിൽ ട്രെയിൻ യാത്ര പോലെ ഒന്നുമില്ല.

കുറച്ചുനേരം പ്ലാറ്റ്ഫോമിൽ വെറുതെ ഇരുന്നാൽ ജനജീവിതത്തിന്റെ പരക്കംപാച്ചിൽ കാണാം. ഏതു നേരത്തിനും ഓരോ ഭാവമുള്ള യാത്രകൾ. പ്രഭാതത്തിൽ ഉറക്കച്ചടവോടെ വീടെത്താൻ ഇറങ്ങി വരുന്നവർക്ക് പകരം കുളിച്ചൊരുങ്ങി ഓഫീസിലേക്കോ ബന്ധുവീട്ടിലേക്കോ ഉത്സാഹത്തോടെ ചാടി കയറുന്നവർ. പത്രവും ആനുകാലികങ്ങളും വിൽക്കുന്നവർ. ചായ, കാപ്പി, വട കിടാദികളുടെ ആരവങ്ങൾ.

വന്നിറങ്ങിയവരെ കൊണ്ടുപോകാൻ വന്ന ബന്ധുക്കൾ. പോലീസുകാരന്റെ കാരുണ്യത്തിന് കാത്തു കിടക്കുന്ന ഓട്ടോക്കാർ. താളാത്മകമായ തീവണ്ടി ഓട്ടം അനന്തതയിലേക്ക് എന്ന തോന്നൽ നൽകിയിട്ടില്ലേ ഒരിക്കൽ എങ്കിലും. അടച്ചു പൂട്ടിയ എ സി കാറുകളിലിൽ നമ്മുടെ ഒരു മുറിയിൽ നമ്മൾ ഒപ്പം യാത്ര ചെയ്യുന്ന ഫീൽ മാത്രം. ബസ്സുകളുടെ മരണപ്പാച്ചിലിൽ ഇടുങ്ങിയ സ്പേസിൽ എപ്പോഴും ഭയവും യാത്രയുടെ ക്ഷതമനസ്സുമാണ്. ഇതാണെന്റെ ലോകം എന്ന് എനിക്ക് അനുഭവപ്പെട്ടിട്ടുള്ളത് ട്രെയിൻ യാത്രയിൽ തന്നെ. ഒരുപാട് അസൗകര്യങ്ങളും പരസ്പരസംഘർഷങ്ങളും ചൂടും പൊടിയും പറ്റിക്കപ്പെടലും ഒക്കെ ഉണ്ടായിട്ടുണ്ടാവാം. എന്നാലും അത് വിശാലമായ ഒരു സൗഹൃദ ലോകമാണ്.

യാത്ര തുടങ്ങുന്നവന്റെ മനസ്സല്ല ഇറങ്ങുന്നവന്റെ. ഏറെ നാൾ കഴിഞ്ഞ് നാട്ടിലെത്തുന്നവരുടെ ഉന്മാദമല്ല നാട്ടിൽ നിന്ന് മടങ്ങാൻ

നിർബന്ധിതനാവുന്ന പ്രവാസിയുടേത്. റിസർവേഷൻ ബർത്ത് കിട്ടിയവന്റെ ധാർഷ്ട്യമല്ല എങ്ങനെയും സീറ്റു പിടിക്കാൻ മത്സരിക്കുന്ന പോരാളിയുടേത്.

കാപ്പിയും ബിര്യാണിയും വെള്ളയപ്പവും മുട്ടക്കറിയും ലോട്ടറിയും കടലയും പിച്ചക്കാരുടെ പാട്ടും അടിച്ചുവാരി കൈനീട്ടുന്നവരും കറുത്ത കോട്ടിട്ട ടി ടിമാരും ഒക്കെ അരങ്ങുകളിലെ അല്ല ഈ ലോകത്തിലെ കഥാപാത്രങ്ങൾ.

കാമുകിയെ തിരയുന്ന കാമുകനും ചീട്ടുകളിക്കാൻ സീറ്റു പിടിക്കുന്ന സീസൺ യാത്രക്കാരും ഒക്കെ ഒരുപോലെ ഇത് ആസ്വദിക്കുന്നുണ്ട്. എത്ര മോശമെന്ന് പറഞ്ഞാലും ട്രെയിൻ ചായയും പലഹാരങ്ങളും ഒക്കെ ആസ്വദിച്ചിട്ടില്ലാത്തവർ മഹാ ബോറന്മാർ ആണെന്നെ ഞാൻ പറയൂ.

സാധാരണ ലോകത്തിന്റെ സമൃദ്ധിയിൽ പരാദങ്ങളെപ്പോലെ വളരുന്ന അധോലക സംഘങ്ങൾ ഒക്കെ ഇതിനോടൊപ്പം ഉണ്ടാവാം. മോഷ്ടാക്കളും ഞരമ്പ്രോഗികളും എല്ലാം.

വടിവൊത്ത ഖദറുകാരും ഭരണയന്ത്രം തിരിക്കുന്നവരും ഒക്കെ ശിങ്കിടികൾക്കൊപ്പം എത്തിച്ചേരും.

പണ്ടൊക്കെ സാധാരണ ക്ലാസ്സിൽ യാത്ര ചെയ്തിരുന്നവർ ഇപ്പോൾ അങ്ങനെയല്ല. എൺപതു കാലഘട്ടത്തിൽ സഖാവ് പിണറായി വിജയനും ഇ പി ജയരാജനും പാച്ചേനി കുഞ്ഞിരാമേട്ടനും യാദൃച്ഛികമായി എന്റെ തൊട്ടടുത്ത ബർത്തുകളിൽ ആയിരുന്നു. പാച്ചേനിയുടെ വള്ളിച്ചെരുപ്പിന്റെ വാറ് പൊട്ടി. ഒരു മുള്ളുകുത്തി (സേഫ്റ്റി പിൻ)കൊണ്ട് അത് ചേർത്തുനിർത്താൻ പാടുപെടുന്ന അദ്ദേഹത്തിന് ഞാൻ അത് ചെയ്തുകൊടുത്തു. പിണാറായി 'മാധവാ നീ ഒരു കപ്പി വെള്ളം സംഘടിപ്പിക്ക്' എന്ന് പറയുമ്പോൾ അതിൽ ഒരു ധാർഷ്ട്യവും തോന്നിയില്ല. രാത്രിയിൽ പുറത്തിറങ്ങാൻ അഴിച്ചുവച്ച എന്റെ ഷൂവിന് പകരം ഇതിട്ടു പോടോ എന്ന് പറഞ്ഞ പത്തു സൈസുള്ള ഇ പിയുടെ ചെരുപ്പിൽ എന്റെ കാലു പകുതിയോളം മാത്രം. ഇവരെയൊക്കെ ഞാൻ കാണുന്നത് ആദ്യമായി.

താൽക്കാലികമെങ്കിലും ഓരോ ട്രെയിൻയാത്രയും ഓരോ അനുഭവങ്ങൾ ആണ്. അസാധാരണമായ സൗഹൃദത്തിന്റെ വേളകൾ. ഫസ്റ്റ്ക്ലാസ്സ് കംപാർട്ട്മെന്റിലെ സീസൺ യാത്രയുടെ ഒരു വർഷം ഉണ്ടായിവന്ന പല സൗഹൃദങ്ങളും ഇന്നും നിലനിൽക്കുന്നു. ഏത് പൊങ്ങച്ചക്കാരനും ട്രെയിൻ യാത്രയിൽ മൗനി ആയേക്കും എന്നല്ലാതെ ഫ്ലൈറ്റ് യാത്രയിലെ അകൽച്ച തോന്നാറില്ല. ട്രെയിൻ യാത്ര കഴിഞ്ഞ്

തലയിൽ ഷാമ്പൂ ഇട്ടു കുളിക്കും വരെയുള്ള വൃത്തികെട്ട ഗന്ധം ഇപ്പോൾ ഒരു ഗൃഹാതുരത്വമാണ്.

നഗരങ്ങളിൽ വീട് വക്കുമ്പോൾപോലും റെയിൽവേസ്റ്റേഷൻ ദൂരം മുഖ്യമായ ഒരു ഘടകമായിരുന്നു. അത്രമേൽ അത് നമ്മുടെ ജീവിതമായി ബന്ധപ്പെട്ടിരിക്കുന്നു. ട്രെയിൻ ചൂളംവിളികളും ട്രോളി ഉരുട്ടുന്ന ശബ്ദവും ഈ പുലരിയിൽ എന്റെ കാതിൽ മുഴങ്ങുന്നു. നിർഭയമായ ഒരു തീവണ്ടി യാത്രക്കായി കൊതിക്കുന്നു.

മറ്റൊരാശ്വാസം

കോവിഡ് കാലം ശരിക്കും ഒരു സൗഹൃദ കാലമല്ലേ. പരസ്പരം കാണാതെയും പുറത്തു പോകാതെയും, പോയാൽത്തന്നെ പരസ്പരം കരുതിയും കഴിയുമ്പോൾ നാം ഒന്ന് ഓട്ടം നിർത്തിയ പോലെ. തലയിലെ ചുമടിറക്കി വച്ച പാന്ഥൻ ഒരു ഗ്ലാസ് സംഭാരം കുടിച്ച് കണ്ണടച്ചിരിക്കുംപോലെ ഒരു ഇടവേള. ഈ ചുമട് ഇനിയും ഏറ്റാനുണ്ട്.

ഈ വിശ്രമത്തിന് ഒരുപാട് വില കൊടുക്കേണ്ടി വരുമായിരിക്കും. എങ്കിലും നാം കണ്ണടച്ച് ഇരിക്കാനും അവനവനിലേക്ക് നോക്കാനും പഠിച്ചു. യൗവനവും ബാല്യവും ഒക്കെ തിരിഞ്ഞു നോക്കാൻ തുടങ്ങി. ഞാൻ മാത്രമല്ല യാത്രയിൽ എന്ന തോന്നൽ വന്നു. എന്റെ എന്റേത് മാത്രം എന്ന വിചാരത്തിൽ നിന്ന് ഞങ്ങൾ എന്ന് പറഞ്ഞു തുടങ്ങിയോ? ഭരണാധിപന്മാരെയും കലാകാരന്മാരെയും കളിക്കാരനെയും ദുഷ്ടനെയും ശിഷ്ടനെയും ഒക്കെ ആശ്ലേഷിച്ച സൂക്ഷ്മ ജാലം എല്ലാവരും വെറും മനുഷ്യൻ എന്ന് ബോധ്യപ്പെടുത്തിയോ. എല്ലാരുമൊന്നെന്ന ശാന്തിമന്ത്രം എവിടെയെങ്കിലും ചൊല്ലിത്തുടങ്ങുന്നുണ്ടാവും, ഇല്ലേ?

എന്തായാലും സൗഹൃദങ്ങളാണ് നമ്മെ നിലനിർത്തുന്നത്. സുതാര്യമായ ജീവിതങ്ങളുടെ പങ്കുവക്കലിന്റെ ആശ്വാസനിശ്വാസങ്ങൾ അറിയാൻ കഴിയുന്നു. തിരിച്ചറിവിന്റെ ഈ ഇടവേള നമ്മളെ വിനയാന്വിതരാക്കുന്നു.

ജലപിശാച്

ഒട്ടനവധി ജലപിശാച് മുത്തശ്ശിമാരേയും അഫൻമാരെയും കണ്ട അനുഭവമുണ്ട്. കൈ കഴുകി കഴുകി എല്ലാവരെയും തൊട്ടു തലേൽ വച്ച ചാടി ചാടി നടക്കുന്ന എത്രയോ പേർ. ഒരു മുത്തശ്ശി മറ്റുള്ളവരേയും വിടില്ല. 'മോനെ പോയി കുളിച്ചിട്ടു വാ.' തോർത്തും സോപ്പും കയ്യിൽ പിടിപ്പിച്ചു നോക്കിയിരിക്കും. എവിടെ വറ്റു വീഴുന്നു തൊട്ട് എച്ചിലാക്കുന്നു എന്ന് കണ്ടുപിടിക്കും. പിന്നെ തളിക്കലും തുടക്കലും.

മറ്റൊരു ബന്ധു വെളിക്കിരുന്നാൽ ഒരു ഇലക്കഷ്ണത്തിൽ മണ്ണ് വാരിയിട്ട് പടവിൽവച്ച് കുളത്തിലിറങ്ങും. ശൗചം തന്നെ ശൗചം. കുറച്ചു കഴിഞ്ഞ് ചുറ്റുമുള്ള ഓളങ്ങൾ മുഴുവൻ തള്ളി മാറ്റി കുളിക്കും. പിന്നെ പുകച്ചിൽ സഹിക്കാനാവാതെ അദ്ഭുത ദ്വീപിലെ ജഗതി നടക്കും പോലെയാ നടപ്പ്. ഒന്ന് രണ്ടു ജലപിശാചുകാരെ പരിചയപ്പെടുത്തിയെന്നേ ഉള്ളൂ. ഇപ്പൊ ശരിയായ അർത്ഥത്തിൽ നാടാകെ ജലപിശാചാണ്. കുഴപ്പമില്ല, കൊറോണ പിശാചിനെ അവസാനിപ്പിക്കാൻ കഴിഞ്ഞാൽ മതിയായിരുന്നു.

വിശ്വാസവും ആവശ്യവും

എനിക്ക് നിഷ്ഠുരനായ ഒരു മുത്തച്ഛൻ ഉണ്ടായിരുന്നു. പിശുക്ക്, ക്രൂരമായ നിലപാടുകൾ എന്നിവയാണ് പ്രധാനമായ പ്രത്യേകതകൾ. കൊടും പുരുഷമേധാവിത്വത്തിന്റെ പ്രതിരൂപമായ അദ്ദേഹം ഏറിയ സമയവും പണവും ചിലവഴിച്ചത് വ്യവഹാരത്തിനാണ്.

ഇനിയാണ് വിഷയം. കേസ് കൊടുത്താൽ അടുത്തുള്ള ഗണപതി ക്ഷേത്രത്തിൽ കാവട്ടുള പായസം നേരും. വർഷങ്ങൾ കഴിയുമ്പോൾ ചിലത് ജയിക്കും. അപ്പോൾ പായസവും പൂജകളുമാണ്.

തോറ്റാൽ മൂപ്പർ പറയുന്ന തെറിയിൽ ഗണപതി ഭഗവാൻ തന്നെ രാജ്യംവിട്ടു പോയിരിക്കും. പട്ടിണിക്കിട്ടും ഞാനാ കൊടവയറനെ എന്നൊക്കെ ഉറഞ്ഞുതുള്ളി പറയും. ഇതുപോലെയാണ് പലരുടെയും മതവിശ്വാസവും ഭക്തിയും.

കൊറോണ ജയിച്ചില്ലേ ദൈവം തോറ്റില്ലേ എന്ന മട്ട്, വിശ്വാസങ്ങളും ആത്മീയാന്വേഷണങ്ങളുമൊക്കെ എത്ര നൂറ്റാണ്ടുകളിലൂടെ തിരുത്തിയും തർക്കിച്ചും സംവാദം ചെയ്തും ഉരുത്തിരിഞ്ഞാണ് മതങ്ങൾ ഒക്കെ രൂപപ്പെട്ടിട്ടുള്ളത്. ചിലതൊക്കെ ഇല്ലാതായി, ചിലത് പരിഷ്കരിക്കപ്പെട്ടു. അടിസ്ഥാനപരമായി ഒരു ആത്മീയ അന്വേഷണ ത്വര മനുഷ്യനുണ്ട്. മതത്തിന്റെ പേരിലുള്ള സമ്പത്തുസമാഹരണവും അന്ധവിശ്വാസങ്ങളും ഉച്ചനീചത്വങ്ങളും ഇല്ലാതാവണം. പക്ഷെ അവ മാനവകുലത്തിനു നൽകിയ ലക്ഷ്യബോധം അവഗണിച്ചുകൂടാ.

ഭണ്ഡാരപ്പെട്ടികൾക്കു പ്രാധാന്യം നൽകുന്ന തട്ടും, കൊടിമരവും സ്വർണം പൂശുകയും ചെയ്യുന്ന അമ്പലങ്ങളും കോടാനുകോടികൾ ചിലവഴിച്ചു നിർമിച്ച എണ്ണമറ്റ ചർച്ചുകളും മസ്ജിദുകളും അല്ല മതങ്ങളുടെ

ആത്മാവ്. അതു നൽകുന്ന പ്രതീക്ഷകളുടെയും നിലനിൽപ്പിന്റെയും സംഹിതകളാണ്. കാടാമ്പുഴ അമ്പലത്തിൽ തേങ്ങാ മുട്ടറുക്കാൻ ക്യൂ നിൽക്കുന്ന ഒരു ഭക്തൻ കുടി വെള്ളമില്ലാത്തതിനാൽ മഴ പെയ്യാൻ പത്തു തേങ്ങയുമായാണ് വന്നത്. തൊട്ടു മുന്നിലുള്ളയാൾ നൂറ്റിയൊന്ന് തേങ്ങയാണ് കൊണ്ടുവന്നത്. എന്തിനാണെന്ന് ഒന്നാമൻ ചോദിച്ചു. കൊയ്ത്ത് കഴിയുംവരെ മഴ പെയ്യാതിരിക്കാൻ എന്ന് ഉത്തരം.

പത്തു തേങ്ങാ പാഴാക്കണ്ടല്ലോ എന്ന് കരുതി അയാൾ സ്ഥലം വിട്ടു. കൊറോണ ഉടനെ മാറ്റാനും പരീക്ഷ ജയിക്കാനും മക്കൾക്ക് അഡ്മിഷൻ കിട്ടാനും കാമുകിയെ തരപ്പെടാനുമൊക്കെയാണ് വിശ്വാസങ്ങൾ എങ്കിൽ അതു പോകേണ്ടത് തന്നെ. മനുഷ്യൻ നേരിടുന്ന ആദ്യത്തെ പ്രതിസന്ധി അല്ല കൊറോണ. ഏത് ദുഷ്കരവും ക്ലേശകരവുമായ അവസ്ഥയെയും അതിജീവിക്കാൻ വിശ്വാസങ്ങൾ സഹായിക്കുമെങ്കിൽ അത് നിലനിക്കണം. മതനിഷേധമല്ല മതസൗഹാർദ്ദവും പരിഷ്കരണവുമാണ് വേണ്ടത്.

വളർത്തുയന്ത്രങ്ങൾ

എനിക്ക് അടുത്തറിയാവുന്ന പല വീടുകളിലും ഉള്ള ചില വളർത്തു യന്ത്രങ്ങൾ ഉണ്ട്. ഒരേപോലെ ചിന്തിക്കുന്ന പുത്തൻ വീട്ടുകാർ ആണെങ്കിൽ ഇത് കണ്ടിരിക്കും. ഒരൊറ്റ പൊടിയും മാറാലയും ഈ വീട്ടിൽ അനുവദിക്കില്ല എന്ന് ശപഥം ചെയ്തു വാങ്ങുന്ന vacuum cleaner ആണ് ഒന്ന്. വ്യയാമവും തടികുറക്കലും ലക്ഷ്യമിട്ടു വാങ്ങുന്ന ട്രെഡ്മിൽ എന്ന മഹായന്ത്രം മറ്റൊന്ന്. ഒരു കൊല്ലം കഴിഞ്ഞു പ്രസ്തുത വീട്ടിൽ ഒരു സന്ദർശനം നടത്താനിടവന്നാൽ ഈ സാധനങ്ങൾ ഉടനെ കാണാൻ ഇടയില്ല. അത് വച്ചിരിക്കുന്ന അപ്പർ ലിവിങ്ങിലോ ട്രെസ്സ് ചെയ്ത ടെറസ്സിലോ ഒട്ടനവധി അടിവസ്ത്രങ്ങൾ പൂത്തുലഞ്ഞു നിൽക്കുന്നത് കാണാം. അതിന്റെ ഉള്ളിലുള്ളതാണ് ട്രെഡ്മിൽ.

ഏറെ പൊടിയും മാറാലയും പിടിച്ച ഒരു നീണ്ട കുഴലും ഒരു സിലിണ്ടറും കാണാം. അതാണ് മറ്റവൻ. ഒരു ചൂലുകൊണ്ട് പൊടി തട്ടി പ്ലഗ്ഗിൽ കുത്തിയാൽ അവൻ 'ഹ്ഌ' എന്ന ഒച്ച കേൾപ്പിക്കും.

ഇതൊക്കെ വേണ്ടവണ്ണം ഉപയോഗിക്കുന്ന ഉൽസാഹികൾ പൊറുക്കുമല്ലോ?

അത്യാവശ്യ സർവീസിൽപ്പെട്ട ഈ വളർത്തുയന്ത്രങ്ങൾ ഞാൻ കണ്ടിട്ടുള്ള അവസ്ഥ പറഞ്ഞെന്നേ ഉള്ളൂ. ഇപ്പോഴും ടിപ്ടോപ്പിൽ വരുന്ന യുവ കോമളന്മാർ ഡെമോൺസ്ട്രേഷന് സമയം ചോദിച്ചു വരുന്നുണ്ട്.

എന്താ ഇപ്പോ ഒന്നു പറയ്യ?

എന്താണ് വിജയം?

മൂന്ന വീട്, ഒരു ഫ്ലാറ്റ്, (ഇതൊക്കെ അങ്ങോട്ടോ ഇങ്ങോട്ടോ മാറാം) മക്കൾ അല്ലെങ്കിൽ ജാമാതാവ് അമേരിക്ക, യു.കെ., ആസ്ത്രേലിയ, കാനഡ, ന്യൂസിലാൻഡ് മുതൽ ഗൾഫോ ആഫ്രിക്കൻ രാജ്യത്തോ ജോലി ചെയ്യുക, ഡോക്ടറാവുക (എഞ്ചിനീയർ എന്ന സങ്കൽപ്പവും യാഥാർഥ്യവും മാറിയല്ലോ). അവരോടൊപ്പം ഓൾഡീസിന്റെ കുറച്ചു നാളത്തെ ബേബി സിറ്റിംഗ്. മക്കളും ഒക്കെ ഇന്ത്യൻ രാഷ്ട്രീയ, സാമൂഹിക ചുറ്റുപാടുകളെപ്പറ്റി വേപഥു പൂണ്ടു വിഡിയോകളും മെസ്സേജുകളും പൂശുന്നതു കേട്ടാൽ..., (ആനപ്പുറത്തെ അഭ്യാസം)അങ്ങനെ ശരാശരി ക്കാരന്റെ ആഗ്രഹങ്ങൾ മാറിയിരിക്കുന്നു.

ഒരൊറ്റ ഒരു കാര്യം. കുട്ടികൾ ആരോ ആവട്ടെ. എന്തോ ചെയ്യട്ടെ. അത് അവരുടെ കാര്യം.

പ്രിയ സഹവൃദ്ധരെ നമുക്ക് നേരം കുറവാണ്. ഇഷ്ടങ്ങൾ ആഘോഷിക്കൂ. ഭാര്യയോടും കൂട്ടുകാരോടും ഒപ്പം. വേണമെന്ന് തോന്നുംവിധം. മറ്റാരെയും വേദനിപ്പിക്കാത്ത വിധം. പോർച്ചിൽ കിട ക്കുന്ന മൂന്നു കാറുകളും പൊട്ടിക്കാത്ത FDയും അല്ല ജീവിതം.

ജീവിക്കുന്നവരോ മരിച്ചവരോ ആയ ആരെങ്കിലും ആയി സാമ്യമുണ്ടാ യാൽ പരസ്പരം ക്ഷമിക്കുമല്ലോ ?

ഓഫറുകൾ

ഓഫർ എന്ന് വച്ചാൽ സൗജന്യമാണോ? അല്ല. വാഗ്ദാനം എന്നൊക്കെ പറയാമോ? എനിക്ക് ഭാഷാ ഗവേഷണമല്ല ഉദ്ദേശം. ലോകത്തിൽ എവിടെയും ആവശ്യക്കാരൻ ഔചിത്യമില്ലാതെ കീഴടങ്ങേണ്ടി വരും. നിസ്സാരന്മാരെ സാറേ എന്ന് വിളിച്ച സന്തോഷം എന്ന് പറഞ്ഞു പണം കൊടുക്കേണ്ടി വരും. സാരമില്ല, ആവശ്യം നമ്മുടെ താണെല്ലോ? എന്നാൽ ഓഫർ കച്ചവടം പല രൂപത്തിൽ വരും. നമ്മൾക്ക് പിരിയുമ്പോൾ ഇൻവെസ്റ്റ് ചെയ്യാൻ അറിയില്ല എന്ന് പറഞ്ഞ്, അടുത്ത ബന്ധുക്കൾ പിരിഞ്ഞു കഴിയുമ്പോൾ ഏജൻസി എടുക്കുന്ന നല്ലതോ കൂതറയോ ആയ കമ്പനിയുടെ ആൾക്കാരുടെ രൂപത്തിൽ ഒക്കെ ഓഫർ വരും. ബന്ധുത്വവും സെന്റിയും ഒക്കെക്കൂടി ഇട്ട് നമ്മുടെ ചായയും പലഹാരവും കഴിച്ച ചില കുനുകുനാ കുറിച്ച കടലാസിൽ ഒപ്പിടീച്ച് ആധാർ കീധാർ ഒക്കെ മൊബൈലിൽ ഷൂട്ട ചെയ്ത് നമ്മുടെ ടോയ്ലറ്റിൽ മൂത്രമൊഴിച്ച അവർ അങ്ങ് പോവും.

ഇനിയാണ് തമാശ. ബന്ധു ഏജൻസി വിടും. കൂടെ വന്ന മിടുക്കൻ വേറേ കമ്പനിയിൽ ഇതേ അഭ്യാസം തുടരും. നമ്മുടെ പണം മാസം തോറും ചോർന്നുപോകും. വീഴ്ച അവരുടെ പക്ഷത്തായാലും പ്രതി നമ്മളാണ്. കുനുകുനാ വായിക്കാതെ ഒപ്പിട്ട നമ്മൾ.

ഞാൻ ഒരൊറ്റ കാര്യം പറഞ്ഞ് അവസാനിപ്പിക്കാം. കാര്യം നേരെയാവാതെ ഒരുത്തനും പണം കൊടുക്കരുത്. ഇരട്ടപെറ്റ സഹോദരങ്ങളായാലും അറിയാത്ത വാഗ്ദാനങ്ങൾ തന്നാൽ നിരസിക്കണം. സൗജന്യം പറ്റരുത്. നല്ല അയൽപക്കത്തു നല്ല വേലി. നല്ല ബന്ധുക്കളുമായി കച്ചവടം ഒഴിവാക്കുക. കയ്യിൽ കിട്ടിയതിനു മാത്രം പണം നൽകുക. ബന്ധുത്വം സങ്കൽപ്പമാണെന്നു ബോധ്യപ്പെടുക.

ഓരോ വഹ

കൂട്ടുകച്ചവടം പോലെയാണ് പലപ്പോഴും കുടുംബം, അഥവാ അതൊരു കൂട്ടുകച്ചവടമാണ്. മൂന്നോ നാലോ അത്യുത്സാഹികൾ ആവേശത്തോടെ പ്രൊജക്ട് ഉണ്ടാക്കിയും ചർച്ചകൾ നടത്തിയും അമിതാവേശത്തോടെ എന്തെങ്കിലും ഒന്ന് തുടങ്ങും. നല്ല ഓഫീസ്, നല്ല ഇടപാടുകൾ ആകെക്കൂടെ സെറ്റ് അപ്പിൽ പൂർണ്ണ സംതൃപ്തർ.

അഞ്ചാറു മാസം കഴിയുമ്പോഴാണ് ഏതൊക്കെ എന്തൊക്കെ പരിഭ്രമങ്ങൾ എന്ന് തിരിയുക.

പണിക്കാർ ശരിയല്ല. പ്രൊഡക്ഷൻ പോരാ. മാർക്കറ്റ് ഇല്ല. അപ്രതീക്ഷിതമായ പലതും. അപ്പോഴേക്കും തന്നെ ആവേശം ചോർന്നു തുടങ്ങും. കറന്റ് ബില്ലും, ലോൺ അടവും, ക്രെഡിറ്റ് തന്നവരുടെ സമ്മർദ്ദവും പിരിവുകാരും പാർട്ടിക്കാരും ഒക്കെക്കൂടി സംഗതി ഭംഗിയാക്കും.

ഏറ്റവും കുറച്ചു പണിയും, ഏറ്റവും കുറച്ചു മുതൽമുടക്കിയ ആളും ആദ്യം പ്രതികരിച്ചു തുടങ്ങും.

ഞാൻ അന്നേ പറഞ്ഞതാണ് ഇതു ശരിയാവില്ല എന്ന്. എനിക്ക് എത്ര അവസരങ്ങൾ ഉണ്ടായിരുന്നു. എന്റെ അമ്മാവൻ അമേരിക്കയിലേക്ക് വിളിച്ചതാ. അളിയൻ ആസ്ത്രേലിയൻ വിസ അയച്ചു തന്നതാ. സുഹൃത്ത് സൗദിയിലാ... എന്നാൽ എന്താ പോകാതിരുന്നത്? എന്നാണ് ചോദിക്കേണ്ടത്. ബാധ്യത വന്നാൽ പിന്നെ മൗനം ഭൂഷണം.

കക്കൂസിൽ പോകാൻ പോലും നേരം കിട്ടാത്ത മുഖ്യ കാർമ്മികൻ കരയാതെ തളരും. അയാളുടെ മോഹങ്ങളോ സങ്കല്പങ്ങളോ കരിഞ്ഞു പോയത് അയാൾ പോലും അറിഞ്ഞില്ല. ബാക്കി മൂന്ന് പാർട്ണേഴ്സും ഇതിന്റെ വിവിധ രൂപങ്ങൾ കാഴ്ചവച്ച് പിരിയാൻ വെമ്പൽ കൂട്ടും.

ഇനി കുടുംബങ്ങളിലേക്ക വരാം. ഞാൻ നിങ്ങളെപ്പറ്റി ഇങ്ങനെ ഒന്നുമല്ല കരുതിയത്. ഏതൊക്കെ പ്രതീക്ഷകളായിരുന്നു. എമ്മാതിരി പ്രൊപ്പോസൽസ് വന്നതാണ്? ഞാനും നിന്നെ പറ്റിയും നിന്റെ ആങ്ങളമാരെയും പറ്റിയും, ഇങ്ങനെയല്ല കരുതിയത്. നിന്റെ അച്ഛൻ വലിയ കേമനായിട്ട നമുക്കെന്താ...

ബോറടിപ്പിക്കുന്ന ബാക്കി ഭാഗം തുടരുന്നില്ല. അറിയാവുന്നവർക്ക് അറിയാം. വലിയ ദുരഭിമാനികൾ ഒക്കെ ഏതോ പഴയ കെട്ടിടത്തിന്റെ മുകളിലെ ഫാമിലി കോർട്ടിൽ അറുബോറൻ വക്കീൽ പറഞ്ഞു പഠിപ്പിച്ച മട്ടിൽ പെരുമാറും, പറയും. ഒരു ചടങ്ങുപോലെ വിവരമുള്ളവരോ ഇല്ലാത്തവരോ ആയ കൗൺസിലർമാർക്ക് മുൻപിൽ ഇരുന്നു കൊടുക്കും. പിന്നത്തെ കഥ പറയേണ്ടല്ലോ.

ഇനി ഫ്ലാഷ് ബാക്കിലേക്ക്. എല്ലാവരും പിരിഞ്ഞ കമ്പനി ഏറ്റെടുത്ത മിടുക്കൻ എല്ലാം വിറ്റ് ലോൺ തൊണ്ണൂറു ശതമാനം അടച്ച ബാക്കി അടയ്ക്കാനായി ഒരു ചെറിയ പണി കണ്ടുപിടിക്കും.

എല്ലാ വാശിയും ദുർമദവും തീർന്നിരിക്കും. കാരണം വയസ്സ് 45. മുഴുകഷണ്ടിയും ഒട്ടിയ കവിളും ഒന്നും കാണാതെ കണ്ണാടി നോക്കാതെ മുടിചീകി ജോലിക്കു പോകും. ഇതിലെ നായകൻ ആണോ പെണ്ണോ ആവാം. ഓരോ വാചകത്തിലും ലിംഗനീതി പുലർത്താൻ കഴിഞ്ഞില്ല.

എല്ലാവരും കാണും ഗ്രേറ്റ് ഇന്ത്യൻ കിച്ചൻ, എല്ലാവരും കേൾക്കും യൂട്യൂബ് മഹാന്മാരെ.

പോയത് പോയി. ഇനി ആന പിടിച്ചാലും വരില്ല.

വാൽക്കഷ്ണം: നിന്റെ ജീവിതം ഇത്രയ്ക്ക കഷ്ടമായിരുന്നു അല്ലേ എന്ന് ചോദിക്കരുത്.

ഒക്കെയൊരു ഭ്രാന്തന്റെ ചിന്ത.

മണ്ടി മണ്ടി കരേറുന്ന മോഹവും

ഇക്കാണുന്നതെല്ലാം എനിക്കുള്ളതാണെന്നും അല്ലെങ്കിൽ എനിക്ക് കിട്ടാതിരുന്നതിനു കാരണം മറ്റുള്ളവർ ആണെന്നും വിചാരിച്ച് ജീവിക്കുന്നവർ പലരുമുണ്ട്. ആയില്ല, ഒക്കെ ഒന്നു സേഫ് ആയിട്ട് വേണം സുഖവും ലാവിഷുമൊക്കെ എന്ന് കരുതി ഒക്കെ ബാങ്കിനെ ഏൽപ്പിക്കും. ഒന്നിച്ച് സന്തോഷം encash ചെയ്യാൻ തീരുമാനിച്ചുറച്ച ഈ മഹാൻ സകലരുമായി ശണ്ഠയിലാവും. ചിലവ് ചെലവ് എന്ന് വീട്ടിലും നാടിന്റെ കൊള്ളരുതായ്മയെ പറ്റി നാട്ടുകാരോടും പരാതി പറഞ്ഞുകൊണ്ടിരിക്കും.

മക്കളൊക്കെ ഗഡാഗഡിയന്മാരായി നാട്ടിന് പുറത്ത് പോയാലും മൂപ്പരുടെ അക്കൗണ്ടിൽ ഉറവ പോലെ പലിശ നിറയും.. അഥവാ FD യോ മറ്റോ പൊട്ടിക്കേണ്ടി വന്നാൽ ഉരുൾ പൊട്ടിയ ദുരന്തം പോലെയാണ്. കാരണോർക്ക് പിന്നെ കൊട്ടും ദുഖമാവും. ചിലപ്പോൾ ഇവർക്ക് ചേർന്ന ഭൈമിമാരേയും കിട്ടും.

ഭാര്യവീട്ടിൽ നിന്ന് പണ്ട് കിട്ടാത്തതൊക്കെ വാങ്ങാൻ പോയി പഴയ കട്ടിൽ മുതൽ പപ്പായയും ചേനത്തണ്ടും പാഷൻ ഫ്രൂട്ട് പോലും കെട്ടി വിജിഗീഷുവായി തിരിച്ചു വന്നാൽ പിന്നെ അടുത്ത രണ്ടാഴ്ച്ച ആ കമ്പോസ്റ്റുകൊണ്ട് ഓട്ടും. അവർക്ക് എല്ലാവരെയും പേടിയാണ്. സംഭാവനക്കാർ മുതൽ പിച്ചക്കാരെ വരെ. വാതിൽ പകുതിയേ തുറക്കൂ. കാർന്നോർ പറയും ഞാനിവിടെ ഇല്ലാന്നു പറ.

അങ്ങനെ മക്കളുടെ മക്കളുടെ പാട്ടും ഡാൻസും ഒക്കെ ഫോണിൽ കണ്ടും അത് മറ്റുള്ളവർക്ക് അയച്ചു രസിച്ചുമൊക്കെ കഴിയുന്നതിനിടയ്ക്കുള്ള

നെഞ്ചുവേദനയിൽ എല്ലാ സുഖങ്ങളും ഒന്നിച്ച encash ചെയ്യപ്പെടും. അതൊന്നു മനസ്സിൽ കാണാൻ കഴിഞ്ഞാൽ എല്ലാവർക്കും ഉള്ളതാണ് എല്ലാം എന്നും എല്ലാ മക്കളും മക്കളാണെന്നും ആരേയും പേടിക്കാനില്ല എന്നും ബോധ്യപ്പെടും (ഉറപ്പില്ല).

ചത്തു പോവും മുമ്പ് അഞ്ചുരൂപാ കൊടുത്തു ഒരു ജ്ഞാനപ്പാന വാങ്ങുകയെങ്കിലും ചെയ്യാം.

ചിലവായ കാശ് മുതലാക്കാൻ എങ്കിലും അത് വായിക്കാതിരിക്കില്ല.

കുബേരനും കുചേലനും

ദുരിതകാലങ്ങൾ കാലത്തിന്റെ ഭാഗമാണല്ലോ. യുക്തികൊണ്ടോ ബുദ്ധികൊണ്ടോ വിശ്വാസംകൊണ്ടോ നമ്മൾ മറികടക്കാൻ ശ്രമിക്കും. കഴിഞ്ഞ കുറച്ചു കാലമായി നമ്മൾ ഓരോ വിപത്തിന്റെ, ഓരോ മഹാമാരിയുടെ വെല്ലുവിളികളിൽ പെട്ട് ഉഴറുകയാണ്. ഒറ്റപ്പെട്ട ഓരോന്നുണ്ടാവുമ്പോഴും നമ്മൾ വിചാരിക്കും, ഓ, അത് അവിടെയല്ലേ, ഇങ്ങോട്ടൊന്നും വരില്ല.

ജീവിക്കാനുള്ള ചോദന ജീവനുള്ളവയുടെ ഒക്കെ അവകാശമാണ്. അല്ലെങ്കിൽ അതാണ് നൈസർഗിക വാസന. പട്ടിണിക്കാർക്കു ഭക്ഷണം. വേദനിക്കുന്നവന് അതിൽ നിന്നുള്ള മോചനം. ജീവന് വേണ്ടി -ജീവിപ്പിക്കാൻ വേണ്ടി പലരും പലതും ചെയ്തുകൂട്ടുന്നു. എന്തും ഏതും വിൽക്കുന്നു. വാങ്ങുന്നവന്റെ ഫങ്കിനെ ഈർഷ്യയോടെ ശപിക്കുന്നുണ്ടാവാം. 10 രൂപാക്കാരൻ അത് ചിലവാക്കാൻ മടിക്കില്ല. 90രൂപക്കാരൻ പത്ത് കൂടി കൂട്ടി നൂറാക്കാൻ നോക്കും. അതിരിക്കിട്ടെ, എന്റെ ഒരു സംശയമാണ്. കൊറോണ എന്ന മഹാമാരിയെക്കുറിച്ച് ബോധവും അറിവുമില്ലാത്ത എത്രയോ പട്ടിണിപ്പാവങ്ങൾ നമ്മുടെ രാജ്യത്തും ലോകമെമ്പാടും ഉണ്ടാവാം.

ജീവിക്കുക ഒറ്റ ചോദനയിൽ പണി ചെയ്യുന്നവർ.

അല്ലെങ്കിലും ഓരോ ജീവനും ഓരോ വിലയാണല്ലോ? ആഹാരം എന്നതിൽ അപ്പുറം ഒന്നും ആലോചിക്കിനാവാത്തവർ! കുബേരൻ കുപ്പയിൽ വീഴുമ്പോൾ നാട് നടുങ്ങുന്നു. ഒന്നും സംഭവിക്കാത്തത് നന്നായി. നമ്മുടെ ബോധത്തെ ഇതൊക്കെ ഒന്ന് സ്പർശിച്ചു പോയാൽ നന്ന്.

ആപത്തുകാലത്ത് അടങ്ങിയിരിക്കണം. അതെങ്കിലും ദുരഭിമാനമില്ലാതെ നമുക്ക് പാലിക്കാം.

കൊറോണ ഗ്ലാമർ രോഗമല്ല. അന്തകന്റെ പുതിയ ആയുധമാണ്. നമുക്ക്ചെറുക്കണം. എങ്ങനെയും. കുബേരനും കുചേലനും പ്രകൃതി നിയമം ഒന്നാണ്.

ഡെലിവറിയും വറിയും

ഇതു ഒരു ഡെലിവറി കാലഘട്ടമാണ്. ഞാൻ ഉദ്ദേശിച്ചത് ഹോം ഡെലിവറിയും എന്തും ഏതും വേണ്ടിടത്തു കിട്ടുന്ന ഏർപ്പാട്. മല അബ്ദുള്ളയുടെ അടുത്തു വരികയാണ്. ആമസോണോ മിന്ത്രയോ സ്വിഗ്ഗിയോ വീട്ടിൽ വരാത്ത ദിവസമുണ്ടോ? ഫോണിൽ നോക്കി ഫോണിലൂടെ പണം കൊടുത്ത് ഫോണിൽ വഴി പറഞ്ഞുകൊടുത്ത് അങ്ങാടി വീട്ടിലേക്കു വരുന്നു. ഇതിൽ എത്രയെണ്ണം യഥാർഥത്തിൽ ആവശ്യമുള്ളതാണ് എന്ന് പരിശോധിക്കുന്നത് നല്ലതാണ്. ഇനി മദ്യവും വരുമത്രെ. ഇത്രയൊക്കെ സൗകര്യമുണ്ടായാൽ പിന്നെ എന്തിനാണ് മരിച്ചു സ്വർഗ്ഗത്തിൽ പോകുന്നത്. സൗകര്യങ്ങളെക്കുറിച്ച് എനിക്ക് നല്ല മതിപ്പു തന്നെയാണ്. പക്ഷേ ഈ പടം കണ്ടുള്ള പർച്ചേയ്സ് പണം ചോർന്ന് ഒഴുകിത്തീരാൻ ഇടയാക്കും. വീട്ടിൽ ആവശ്യമില്ലാത്ത അലമ്പ് സാധനങ്ങൾ കുമിഞ്ഞു കൂടും.

അടുക്കളക്ക് വേണ്ടി ചിലവാക്കിയ കാശും സ്ഥലവും ഭാവിയിൽ വേസ്റ്റ് ആയേക്കുമോ. തൊട്ടടുത്തായി പാക്കിങ് മെറ്റീരിയൽസ് കത്തിക്കാൻ ഒരു ഇൻസിനറേറ്റർ സ്ഥാപിക്കേണ്ടി വരും. എല്ലാവരും ഒറ്റ വഴിക്കാണ്. എല്ലാ പണവും ആമസോണിലേക്ക് എന്ന കാമ്പയിൻ ആണ് നടക്കുന്നത്. കോവിഡ് സാഹചര്യങ്ങളിൽ കലങ്ങിയ കുളങ്ങളിൽ മീൻപിടുത്തം തകൃതി.

ആശയങ്ങളും ഭരണ/ദുർഭരണ വിലയിരുത്തലുകളും ചിരിയും കരച്ചിലും വീമ്പും രാജ്യസ്നേഹവും മുഖ്യമന്ത്രിയുടെയും പ്രധാനമന്ത്രിയുടെയും ഗുണഗണങ്ങളും ന്യായീകരണ സിദ്ധാന്തവും പ്രയോഗവും ഒക്കെ വീട്ടിൽ എത്തുകയാണെല്ലോ? 1001 കോവിഡ് ചികിത്സാരീതികളും

വരുന്നുണ്ട്. ഡെലിവറി ഫ്രീ ആണ്.

ഏതെങ്കിലും ഒന്നോ രണ്ടോ ചിന്തകർ മതി. അവർ ഇട്ടു വച്ചിരിക്കുന്ന ദുർഗന്ധ വസ്തുക്കൾ ഓരോരാളും ഗ്രൂപ്പായും നേരിട്ടും നിമിഷങ്ങൾക്കുള്ളിൽ ഡെലിവറി ഏറ്റെടുത്ത് എവിടെയും എത്തിക്കും, കോവിഡ് പകരുന്നതിനേക്കാൾ വേഗത്തിൽ. ചുരുക്കത്തിൽ ബാങ്കിൽ പണവും ഒരു സ്മാർട്ട് ഫോണും ഞാനും മതി ഇനി മേലിൽ. പക്ഷേ ആദ്യത്തേത് എങ്ങനെ ഉണ്ടാവുമോ എന്തോ. രോഗം വ്യക്തികൾക്കും സമൂഹത്തിനും ഉണ്ട്. അമിതമായാൽ അപകടം ഉറപ്പ്.

പാത്രമറിഞ്ഞു മാത്രം ദാനം

ചാരിറ്റി ഇപ്പോൾ ഒരു ഫാഷൻ ആണ്. മേലനങ്ങാതെ പണം കൊടുത്തു പുണ്യവും പേരും. ഒരൊറ്റ കാര്യം പറഞ്ഞ് പലരും പിരിവിനു വരും. പ്രളയം, ആസ്സാമിലെയോ ബംഗാളിലെയോ പ്രളയം അല്ലെങ്കിൽ മറ്റൊരു കാരണം. പാലിയേറ്റീവ് കെയർ അങ്ങനെ പലതും. ജീവ കാരുണ്യ പ്രവർത്തനങ്ങൾ മഹനീയമാണ്. അതിന് പണവും വേണ്ടിവരും. പക്ഷേ അത് ഞങ്ങൾ വഴി വേണം എന്ന് വാശി പിടിക്കണോ. അവനവന്റെ ചുറ്റുപാടുകളിലെങ്കിലും നേരിട്ട് കായികമായും സാമ്പത്തികമായും മറ്റേ കൈ അറിയാതെ ചെയ്യുന്നവരുണ്ട്. അവർ മഹത്വമുള്ളവരാണ്.

പ്രളയത്തിൽ മൽസ്യത്തൊഴിലാളികൾ ജീവൻ പോലും പണയം വച്ച് ചെയ്ത ത്യാഗോജ്വലമായ പ്രവർത്തനങ്ങൾക്ക് മുമ്പിൽ നമസ്കരിക്കുന്നു. പക്ഷേ അതിന്റെ അരികുപറ്റി പേരെടുക്കുന്ന എത്രയോ പേർ? പണക്കാരും പണമുള്ള സംഘടനകളും അത് പേരിനു വേണ്ടി ചെയ്യുന്നു. അതും ആയിക്കോട്ടെ. പ്രളയം കഴിഞ്ഞപ്പോൾ കഴുത്തിൽ ഒരു കാർഡും തൂക്കി ഒറ്റയ്ക്കും കൂട്ടമായും പലരും വന്നു. അതിൽ നിശ്ചയമായും തട്ടിപ്പുകാരും ഉണ്ടാവാൻ ഇടയുണ്ട്.

ഒന്നേ പറയാനുള്ളൂ. നമുക്ക് ചെയ്യാനുള്ളത് നേരിട്ട് ചെയ്യുക. അല്ലെങ്കിൽ വിശ്വാസമുള്ള സംഘടനകൾ വഴി. ചോദിക്കുന്നത് കൊണ്ട് മാത്രം പണം കൊടുക്കരുത്. അർഹിക്കുന്നവർക്ക് മാത്രം സഹായം. പാത്രമറിഞ്ഞു മാത്രം ദാനം.

അപശകുനം

എപ്പോഴും ദുരന്ത വാർത്തയുമായി എത്തുന്ന ചിലരുണ്ട്. കണ്ണൂർ ജില്ലയിലെ ഉൾനാട്ടിൽ ജോലി ചെയ്യുന്ന കാലത്ത് ലോട്ടറി വിൽക്കുന്ന ഒരു ജോസപ്പേട്ടനുണ്ട്. ആഴ്ചതോറും വരും. വന്നാൽ തുടങ്ങും ഇന്ന് വരുന്ന വഴി കണ്ട മൂർഖൻ, ആറുവട്ടം പാമ്പു കടിച്ച കഥ, ഷോക്ക് അടിച്ച കഥകൾ, കാൻസർ കഥകൾ. അവസാനം ഒരു ഉപദേശവും. 'ഈ മോട്ടോർ സൈക്കിളൊക്കെ വല്ലിയ അപകടാ സാറേ. ബസ് ഒണ്ടല്ലോ. പിന്നെ എന്നാത്തിനാ, ഒരു പത്രാസ് അല്ലേ.' പിന്നെ ബൈക്ക് അപകട കഥകൾ.

മറ്റൊരാൾ വീട്ടു ജോലിക്കാരി കല്യാണി. അവിഹിതം, മോഷണം,പിടിച്ചുപറി, വാഹനാപകടങ്ങൾ, മറ്റു വീട്ടുജോലിക്കാരുടെ മോഷണങ്ങൾ ഇങ്ങനെ പോകും വിഷയങ്ങൾ. അവരും ഉപദേശിക്കും, 'സൂക്ഷിച്ചോളി, എല്ലാം നല്ലോണം പൂട്ടി വെച്ചോളി. എന്നെപ്പോലെ ആവൂല്ല എല്ലാരും. ഇത് പോലെയാ ഈ ടീവിയും പത്രങ്ങളും ഇപ്പോൾ.'

ദുരന്തങ്ങൾ യാഥാർഥ്യമാവുമ്പോഴും ശുഭകരമായ എന്തെങ്കിലും പറഞ്ഞൂടെ കാലത്തെങ്കിലും.

ബന്ധുത്വവും ജീവിതവും

ഫേസ്ബുക്ക് ഒരു ബ്ലാക്ക്ബോർഡോ ചവറ്റുകൊട്ടയോ മൈതാനമോ ആണ്. നമുക്ക് തോന്നുമ്പോൾ കുറിച്ചിടാനും ദുർമ്മദം തീർക്കാനോ ഉള്ള ഒരിടം. ചിലർ വായിക്കും, കമന്റും,ചിലർ കണ്ടമാത്രയിൽ ലൈക്കും.

പക്ഷേ ചിലർക്ക് ഇതൊക്കെ വ്യക്തിപരമായ അനുഭവമാണോ എന്നാണ് അറിയേണ്ടത്. എന്തായാലും അങ്ങനെ മാത്രമായിരിക്കില്ല. ഒരു പ്രത്യേകതരം സൗഹൃദം അത്ര തന്നെ. ഞാൻ പറയാൻ ഉദ്ദേശിക്കുന്നത് ബന്ധുത്വം എന്ന ബാധ്യതയെക്കുറിച്ചാണ്. ഇപ്പോൾ അത് ഏറെ അപ്രസക്തമായി മാറിയെങ്കിലും നാട്ടിൻപുറങ്ങളിലൊക്കെ സജീവമാണ്. ബന്ധുത്വത്തിന്റെ ഒന്നും രണ്ടും വൃത്തങ്ങൾ ഈ പരാമർശത്തിൽ പെടില്ല. ബന്ധു എന്ന മട്ടിൽ നിലനിൽക്കുന്ന ചില പ്രത്യേക അവകാശങ്ങൾ എടുക്കുന്ന പലരുമുണ്ട്. ബന്ധുത്വത്തിന്റെ പേരിൽ അധികാരം കാട്ടുന്നവർ, ഉപദേശികൾ, പൊങ്ങച്ചം പറയാൻ വരുന്നവർ, സഹതാപം കാട്ടാൻ വരുന്നവർ, പരദൂഷണ വിദഗ്ധർ, കടം വാങ്ങാൻ വരുന്നവർ, അങ്ങനെ നീണ്ടു പോകും.

സത്യത്തിൽ ബന്ധുത്വം ഒരു മാനസിക നിലയാണ്. ഒരാളെ കാണുകയോ ആശയവിനിമയം നടത്തുകയും ചെയ്യുമ്പോൾ സുഖമുണ്ടോ?എങ്കിൽ അവിടെ ഒരു ബന്ധുത്വം നിലനിൽക്കും. നമ്മളെ എടുത്തുനടന്നതും അവരുടെ മടിയിൽ അപ്പിയിട്ട കഥയൊക്കെ പറയുന്നവർ സത്യത്തിൽ കൊലയാളികളാണ്. എല്ലാരും ആരുടെയെങ്കിലും മടിയിൽ അപ്പിയിട്ടിരിക്കും.

പണ്ടൊക്കെ അവധിക്കാലത്ത് അതിഥികൾ വരികയും അതിഥികളായി പോവുകയും ഒക്കെ പതിവാണ്. ഏറെ ദിവസം പല കുടുംബങ്ങൾ ഒന്നിച്ചു കഴിയുകയും ചെയ്യും. ഉദാഹരണമായി മൂന്നു സഹോദരിമാർ ഭർത്താവും കുട്ടികളുമായി ഏക സഹോദരന്റെ വീട്ടിൽ അവധിക്കാലത്ത് പത്തുദിവസം താമസിക്കുന്നു എന്ന് കരുതുക. രണ്ടുദിവസം ആഘോഷത്തിന്റെ പൂത്തിരി. അളിയനും കോമ്പ്രാകളും ചീട്ടുകളി,അക്ഷര ശ്ലോകം, പഴയ പാട്ട് അങ്ങനെ. കുട്ടികൾ പൊട്ടിത്തെറിച്ചും തകർത്തും കളികൾ.

അന്താക്ഷരി, മക്കളെ വിളിച്ചു അറിയാവുന്നതും അറിയാത്തതുമായ എല്ലാ കലാപരിപാടികളും അവതരിപ്പിക്കുക. കയ്യടി, പൊങ്ങച്ചം പോരാട്ടം ആ വിധം നീണ്ടു പോകും. കോമ്പ്രകൾ രണ്ട് ദിവസം കഴിഞ്ഞു മടങ്ങും. പിന്നെ സഹോദരിമാർ ഭർതൃവീട്ടിലെ പീഡനകഥകളും കൊള്ളരുതായ്മകളുംകൊണ്ട് മത്സരിച്ചു കഥ പറയും,കരയും,കെട്ടിപ്പിടിക്കും.

അഞ്ചാം ദിവസം മുതൽ ആഹാര സാധനങ്ങളുടെ ഗുണനിലവാരവും അളവും കുറഞ്ഞു തുടങ്ങും. കുട്ടികൾ അടിപിടി കൂടി ഗ്രൂപ്പുകൾ ആയിട്ടുണ്ടാകും. സഹോദരിമാർ കൂട്ടമായും വെവ്വേറെയും ആങ്ങളയെയും ഭാര്യയേയും ജീവിച്ചിരിപ്പുണ്ടെങ്കിൽ അച്ഛനമ്മമാരെയും ഭൽസിക്കാൻ തുടങ്ങും. ഏതാണ്ട് എട്ടാം ദിവസത്തിൽ മിണ്ടാട്ടമൊക്കെ കുറഞ്ഞു മൂകത കൈവരും. അവസാന ദിവസം കൂട്ടാൻവരുന്ന ഭർത്താവിനോടുള്ള പ്രണയം കണ്ടാൽ ആലില പോലും നാണിക്കും. ഇതൊക്കെ വർഷാവർഷം ആവർത്തിക്കും.

ഇപ്പോൾ ഇതൊക്കെ മാറി. എന്നാലും അവശേഷിപ്പുകളുണ്ട്. ന്യൂക്ലിയർ ആയാലും സോളാർ ആയാലും പരസ്പരം സുഖമുള്ള ബന്ധമേ നിലനിൽക്കുകയുള്ളൂ. ചില ബന്ധുക്കൾ നിർബന്ധിച്ച് വീട്ടിലേക്ക് വിളിക്കുന്നുവെങ്കിൽ കരുതിക്കോളണം, അവർ കേമമായ വീട് വച്ചിട്ടുണ്ട്. വരണം കാണണമെന്ന്. ബന്ധു എന്ന് ഞാൻ ഉദ്ദേശിക്കുന്നത് അടുത്ത് ഇടപഴകിയ സുഹൃത്തുക്കളെ കൂടിയാണ്.

ബന്ധുത്വം നിലനിൽക്കാൻ ഇടക്കിടെ ഉള്ള ഇടപെടൽ വേണം. ഭൂമിശാസ്ത്രപരമായ സാമീപ്യം കൂടി വേണം. കാലം എത്ര കഴിഞ്ഞാലും കള്ള് കുടി കൊണ്ട് ഒന്നാവുന്നവരുണ്ട്. സ്വന്തം ഭർത്താവ് എത്ര കുടിയനായാലും മറ്റേ ആൾ ചീത്തയാക്കി എന്ന വിമർശനത്തിൽ കുടുംബങ്ങൾ താമസിയാതെ അകലുന്നതും കാണാം.

ബന്ധു മിത്രാദികളുടെ കാര്യത്തിൽ ഒരു മിതത്വം പാലിക്കുകയാണ് ഭേദം. എന്റെ ഒരു കൂട്ടുകാരന് എണ്ണമറ്റ ബന്ധുക്കളുണ്ട്. അയാൾ പ്രാർത്ഥിക്കുന്നത് എന്താണെന്നോ, 'ഈശ്വരാ ഈ ബന്ധുക്കളിൽ നിന്ന്

എന്നെ രക്ഷിക്കണേ' എന്നാണ്. പ്രായമായ അച്ഛനോ അമ്മയോ കിടന്നു പോയാൽ ചുരുങ്ങിയത് അഞ്ച് കിലോ ചായപ്പൊടിയും പത്ത് കിലോ പഞ്ചസാരയും മറ്റ് ചിപ്സ് കിപ്സാദികളും, മാസം അധികം വേണ്ടിവരും. ചിലർ ഉണ്ടേ പോവൂ. ചിലർ സോഫയിൽ കിടന്ന് ഉറങ്ങുകയും പഴയ കാലത്ത് അച്ഛന്റെ/അമ്മയുടെ നന്മ, കൈപ്പുണ്യം എന്നിവയെപ്പറ്റി പലവട്ടം പറഞ്ഞ കഥ ആവർത്തിക്കും.

ചിലർ നമസ്കരിക്കും, ചിലർ കരയുംപോലെ ഒച്ച മാറ്റും. ഇനി ഇതൊക്കെ പറയുന്ന നീയോ എന്ന് ചോദിച്ചാൽ ഇതിലൊക്കെ ഞാനും ഉണ്ട്. ഒരു നേരമ്പോക്കിന് വെടി പറയാൻ ആരും ഇല്ലാത്തത് കൊണ്ട് വെറുതെ എഴുതി. എന്തെങ്കിലും ഇങ്ങനെയൊക്കെ അനുഭവിച്ചിരിക്കുമല്ലോ? കോവിഡ് ഈ പ്രോട്ടോക്കോൾ കുറച്ചൊക്കെ മാറ്റിയിയിട്ടുണ്ട്. എനിക്ക് ആരോടും ഒരു ബഹുമാനക്കുറവും ഉണ്ടായിട്ടല്ല.

ക്ഷമാപണത്തോടെ...

ജീവിതവും ബുദ്ധിയും

നന്നായി ജീവിക്കാൻ അതിബുദ്ധിയും അതിസമ്പന്നതയും ഒന്നും വേണ്ട. അതിനുള്ള മനോനിലയാണ് പ്രധാനം. വലിയ ബുദ്ധി രാക്ഷസന്മാർ മനുഷ്യകുലത്തിന് ഒട്ടേറെ ദുരിതങ്ങൾ സമ്മാനിച്ചിട്ടുണ്ട്. ആ നിലക്ക് അവർ രാക്ഷസന്മാർ തന്നെ. ശാദ്വലമായ പ്രകൃതിയും സമൃദ്ധമായ മനസ്സുമുണ്ടെങ്കിൽ ജീവിതം മനോഹരമാകും. ബൗദ്ധികതയെ തള്ളിപ്പറയുകയല്ല. അതിബുദ്ധി എന്ന് സ്വയം തെറ്റിദ്ധരിക്കുന്ന മനോവ്യാപാരമാണ് വിന.

റെഫ്രിജറേറ്റർ

ഒരു കുടുംബത്തിന്റെ ഹൃദയമോ ആസന്നാവസ്ഥയിൽ വെന്റിലേറ്ററോ ഒക്കെയാണ് ഈ സാധനം. അതിന്റെ മൂളിച്ചയും കിടി എന്ന നിർത്തലും മിടിപ്പുകളും ഒക്കെ ജീവിതത്തിന്റെ ഭാഗമാണ്. മുമ്പൊക്കെ നാലക്ക ശമ്പളത്തോടും കാറിനോടും ഒക്കെ ഒപ്പം സ്റ്റാറ്റസ് ഉണ്ടായിരുന്ന ഒരു ആഢംബര വസ്തുവായിരുന്നു ഈ പെട്ടി.

വിലകുറഞ്ഞുപോയ പല തൊഴിലും പോലെ ഈ സാധു പല നിലവാരത്തിൽ നിലനിൽക്കുന്നുണ്ട്.

ലോവർ മിഡിൽ ക്ലാസ്സ് മുതലെങ്കിലും ഇതു വീടിന്റെ ഹൃദയമാണ്. ഇന്നത്തെ, ഇന്നലത്തെ, കഴിഞ്ഞ ആഴ്ചത്തെ എന്നൊക്കെയുള്ള സങ്കല്പം ഭക്ഷ്യ വസ്തുക്കൾക്ക് ഇല്ലാതാക്കിയത് ഈ ഫ്രിഡ്ജ്കുമാരി തന്നെ. ഇവൾക്ക് ആകെ ശത്രുത പ്രകൃതി ചികിത്സക്കാരിൽ നിന്നും അവരുടെ തീവ്ര അനുയായികളിൽ നിന്നും മാത്രമാണ്. ബാക്കിയാവുന്നത് എന്തും ഇവൾ ഏറ്റെടുക്കും. ഗ്യാസിലോ മൈക്രോവേവിലോ പുതുമയോടെ കഴിഞ്ഞ ദിവസത്തേക്കാൾ സ്വാദിഷ്ടമായി അവതരിക്കാൻ കഴിയും.

ഭർത്താവോ ഭാര്യയോ തെറ്റിൽ അല്ലെങ്കിൽ ആഴ്ചകൾ വിട്ടുനിക്കാനുള്ള അവസരമുണ്ടാവുമ്പോൾ പാതി വേവിച്ചും അരച്ചുവെച്ചും മുഴുവനായി പാകമാക്കിയും ഈ ലോകത്ത് അടുക്കിവെക്കാം.

വൈകിവന്നാലും തോണ്ടി എടുത്ത് ഗ്യാസടുപ്പിൽ ടപ്പേ എന്ന അടികൊണ്ട് പുതുക്കി തിന്നാം. ഒന്നരമാസത്തേക്കുള്ള തേങ്ങാ ചിരകി വക്കാം. ഭാര്യവീട്ടിലേക്ക് പോകുന്ന ഭാര്യമാർ ചില അപൂർവ്വ ഭോജ്യങ്ങളും

ഇതിൽ കയറ്റി വക്കും. ഭർതൃവീട്ടിലേക്ക് പോകുന്ന ഭർത്താവിന് ഈ ആനുകൂല്യം ഇല്ല.

സോഫ്റ്റ്‌വെയർ ദമ്പതിമാരുടെ എല്ലാമെല്ലാം അയ്യപ്പനാണ് ഫ്രിഡ്ജ്. ബ്രെഡ്, ജാം, മറ്റു പലജാതി ഐറ്റംസ്. ഇനി പച്ചക്കറി ഫ്രൂട്സ് ആദികളുടെ രക്ഷകനും ശ്മശാനവുമാണ് ഈ വസ്തു. വിലക്കുറവ് എന്ന് കരുതി വാങ്ങിക്കൂട്ടുന്ന ചെറുനാരങ്ങ മുതൽ ഇറക്കുമതി ഫ്രൂട്സ് വരെ ചുക്കി ചുളുങ്ങിയും ഗാൻഗ്രീൻ ബാധിച്ച പോലെ നീലിച്ചും കറുത്തും ഇതിൽ കാണാം. അരിമാവോ മറ്റു പല മാവുകളും പൂത്തുലഞ്ഞിട്ടുണ്ടാവും.

എല്ലാ ചേംബറുകളും ഇളക്കി നോക്കിയാൽ പ്ലാസ്റ്റിക് കവറിൽ റബ്ബർ ബാൻഡ് കൊണ്ട് മൂടിക്കെട്ടിയ കറി മസാലകൾ, ഒരേതരം ഡ്രൈ ഫ്രൂട്ടുകൾ പല കവറിൽ, തിരിച്ചറിയാനാവാത്ത ചില വെള്ള പൊടികൾ, പൂട്ടിപ്പോയ കമ്പനികളുടെ വരെ ശീതളപാനീയ പാക്കറ്റുകൾ, വടി പോലത്തെ ചില ചോക്കലേറ്റുകൾ അങ്ങനെ... കൃഷ്ണന്റെ വായ തുറന്നു കണ്ട യശോദയെപ്പോലെ ബോധംകെട്ട് വീഴാനും ഇടയുണ്ട്.

ഇതൊക്കെ നിങ്ങളുടെ വീട്ടിൽ മാത്രം എന്ന് പറയുന്നവർ മറ്റൊരു ഫ്രിഡ്ജ് മാത്രമാണ്. വിറങ്ങലിച്ച കള്ളം പറയുന്നവർ. എന്തും ഏതും നഷ്ടപ്പെടുത്തിയിട്ടില്ല എന്ന് ഉറപ്പു വരുത്താൻ അതിനെ ഈ പത്തായത്തിൽ കേറ്റിയാൽ മതി. കറുത്ത മീശ രോമം ഒക്കെ മുളച്ച ഫംഗൽ ഐറ്റംസ് പുറത്തേക്കു കളയുമ്പോൾ ആരും കാണാതെ നോക്കണം. ഐസുണ്ടാക്കി കൂടാത്ത ഐസ് ചേംബറും വിറങ്ങലിച്ച പച്ചക്കറി ഫ്രൂട്ട് മമ്മികളും ഒക്കെച്ചേർന്ന്, അത് കാലത്തെ അതിജീവിക്കുന്ന അത്ഭുത ലോകമാണ്. എന്നാലും ഒന്നാംറാങ്കും ഒന്നാംക്ലാസും ഇവൾക്ക് തന്നെ.

ഇതു കുടുംബജീവിതത്തിന്റെ, എന്തിന് ജീവിതത്തിന്റെ തന്നെ രക്ഷാപേടകമാണ്.

വാട്സാപ്പ് ഗ്രൂപ്പുകൾ

വലിയ കളി നടക്കുന്ന മൈതാനമാണ് വാട്സാപ്പ് ഗ്രൂപ്പുകൾ. ഓപ്പണർമാർ,വൺ ഡൗൺ, ടു ഡൗൺ അങ്ങനെ. ചിലർ പുറത്താവുകയേ ഇല്ല. ചിലർ ഒന്നോ രണ്ടോ ഓവർ എറിഞ്ഞു മടങ്ങും. പുറത്താവാത്തവർ പഴകിയ ബോളിട്ടു തട്ടിക്കളിച്ചുകൊണ്ടിരിക്കും. വിക്കറ്റ് കീപ്പർമാരായ അഡ്മിന്മാർ കേമന്മാരും കുറ്റിക്കു ചുറ്റും തുപ്പിക്കൂട്ടുകയും ചെയ്യും (തുപ്പലിന് ഗ്ലാമർ ഉള്ള ഒറ്റ കളി ക്രിക്കറ്റാണോ) ഓ, പഴയ നാടൻ കക്കു കളിയുമുണ്ട്. അധികം പേരും ഫീൽഡർമാരാണ്.

പഴയ ബോളുകളും പൊട്ടിയസ്റ്റമ്പും പെറുക്കി കളയാത്ത മൈതാനമാണ് ഗ്രൂപ്പുകൾ. ജാമ്പവാന്റെ അച്ഛൻ കളിച്ച ബോളൊക്കെ ചിലർ ബൗൾ ചെയ്യാൻ കൊണ്ടുവരും. കളിക്കളത്തിൽ ഉറങ്ങുന്ന ബാറ്റസ്മാൻമാർ വരെ ഉണ്ട് അതിരാവിലെ കളി തുടങ്ങാൻ. അവർ പല മൈതാനങ്ങളിലും ഒരേ സമയം കളിക്കും. കിട്ടുന്ന ബോൾ കൈക്കലാക്കി അങ്ങോട്ടും ഇങ്ങോട്ടും കളിക്കും.

പല തരം കളിഭ്രാന്തുകൾ അല്ലേ? കളി നടക്കട്ടെ.

ധനുവും കുവിയും

സ്നേഹം പോലെ അനശ്വരമായ മറ്റൊന്നുമില്ല എന്നൊക്കെ പറയുമ്പോൾ അതൊക്കെ വെറും ക്ലീഷെ മാത്രം. നമുക്ക് കരയാൻ കഴിയുമോ എങ്കിൽ സ്നേഹിക്കാനും കഴിയും. ഉപാധികൾ ഇല്ലാതെ-നിർവ്യാജമായി.

ദുരന്ത വാർത്തകൾ നമ്മളെ തകർക്കും. മനസ്സിനെ മരവിപ്പിക്കും. എന്തിനിങ്ങനെ? എന്തുകൊണ്ടിങ്ങനെ?

മൗനത്തിനാണ് ഏറ്റവും ശക്തമായ വികാരങ്ങളെ ഉൾക്കൊള്ളാൻ കഴിയുക. കഥകൾ കേട്ടും വായിച്ചും സിനിമ കണ്ടും ഒക്കെ ഞാൻ കരയാറുണ്ട്. എനിക്കതിൽ ഒരു നാണക്കേടുമില്ല.

പെട്ടിമലയിൽ കുവി എന്ന നായ ധനുഷ്ക എന്ന പ്രാണനായ കൂട്ടുകാരിക്ക് വേണ്ടി ആട്ടിയോടിച്ചിട്ടും വിട്ടുപോവാതെ, കാത്തിരുന്നും പരതിയും ചികഞ്ഞും ഒടുക്കം ചേതനയറ്റ ശരീരം കണ്ടെത്തി കരഞ്ഞു നിന്ന വാർത്ത കണ്ടപ്പോൾ ഞാൻ പൊട്ടിക്കരഞ്ഞുപോയി. കുവി അവിടെത്തന്നെ കിടക്കുകയാണ്.

ധനുഷ്ക എന്ന മോളും കുവിയും ഈ സകലചരാചരങ്ങളും തമ്മിൽ ചേർന്ന് നിൽക്കുന്ന ഈ നിരുപാധിക സ്നേഹത്തിനു മുന്നിൽ കണ്ണീർ പ്രണാമം. നിസ്സഹായമായ പ്രണാമം.

കരിഞ്ഞ കൊമ്പൻ

മസിനഗുഡിയിൽ ഞാൻ പോയിട്ടുണ്ട്. താമസിച്ചിട്ടുണ്ട്. പ്രശാന്ത സുന്ദരമായ ആ കാനന ഗ്രാമത്തിന്റെ സൗന്ദര്യം ആസ്വദിച്ചിട്ടുണ്ട്. എത്രയോ ഫോട്ടോകൾ എടുത്തിട്ടുണ്ട്. ഇനി അങ്ങോട്ടില്ല.

വെന്തുരുകുന്ന ചെവിയും തലയുമായി പ്രാണവേദനയിൽ ഓടിനടന്ന കൊമ്പന്റെ രോദനം അവിടെ മാത്രമല്ല ഈ ഭൂമിയയെയാകെ പാപപങ്കിലമാക്കിയിരിക്കുന്നു. അശ്വത്ഥാമാവിനെപ്പോലെ വ്രണബാധിതനായി അലയുന്ന അവന്റെ ശാപം മാത്രം മതി ഈ കാടത്വമുള്ള നാടിനെയും കാടിനേയും ഇല്ലാതാക്കാൻ. അവസാനം അവൻ മരിച്ചു. ചിരഞ്ജീവി ആകാതിരുന്നത് ഭാഗ്യം.

ടൂറിസം എന്ന വൻ വ്യവസായം ആരുടെ ആവാസഭൂമിയിലാണ് വീടുകളും ഹോട്ടലുകളും പണിയുന്നത്. ആര് ആരെയാണ് ആക്രമിക്കുന്നത്.

എല്ലാം എന്റേത്, എന്റേത് മാത്രമെന്ന് കരുതുന്ന നമുക്കായി പ്രകൃതി തന്നുകൊണ്ടിരിക്കുന്ന ശിക്ഷകളിൽ നിന്ന് ഒന്നും പഠിച്ചില്ലേ? വിളകൾ നഷ്ടപ്പെട്ട് പോവുന്ന കർഷകന്റെ കണ്ണീർ തീവ്രമാണ്. പക്ഷേ കാടിനും നാടിനുമിടയിൽ ഒരു ബഫർസോൺ തീർക്കാൻ നമുക്ക് സാധിക്കുന്നില്ല. തീർച്ചയായും നമുക്കും ജീവിക്കണം. ശ്രീകണ്ഠപുരം എന്ന മലയോര ഗ്രാമത്തിലെ കൃഷിയിടത്തിൽ ആഴ്ചതോറും എത്തുന്ന കുരങ്ങന്മാർ, തകർത്തു തരിപ്പണമാക്കുന്ന കാട്ടു പന്നികൾ ഒക്കെ ഏൽപ്പിക്കുന്ന ക്ഷതങ്ങൾ എനിക്ക് നേരിട്ട് അനുഭവമാണ്. അതൊന്നും അത്ര നിസ്സാരമല്ല. അപ്പോഴും ഞാൻ പറയുന്നു, ഈ മത്സരത്തിലും കാരുണ്യം കളഞ്ഞുകൂടാ.

പുലിയുടെ മാസം തിന്നുന്നത് പട്ടിണി കൊണ്ടാണോ. കാടിനേയും കാടിന്റെ മനസ്സും വപുസ്സും അറിയുന്ന നമ്മുടെ വനവാസികൾ എങ്ങനെയാണ് താദാത്മ്യപ്പെട്ട് ജീവിക്കുന്നത്. എവിടെയെങ്കിലും സന്തുലിതമാവാത്ത ഈ ജീവിതം ഇനിയും എത്ര കാലം.

വേട്ടയുടെ മനശ്ശാസ്ത്രം അത്ര ലളിതമല്ല. അതിൽ അക്രമമുണ്ട്, പണക്കൊതിയുണ്ട്, ക്രൂരമായ വിനോദമുണ്ട്. നാശത്തിന്റെ സർവ്വവും ഉണ്ട്. തീഗോളവുമായി കാട്ടിലേക്ക് ഓടിയ കൊമ്പൻ വേനലിൽ ആയിരുന്നുവെങ്കിൽ ലങ്കാദഹനം പോലെ സർവ്വതും കരിച്ചുകളഞ്ഞേനെ. തീ കൊണ്ടുള്ള കളി നന്നല്ല എന്ന് പണ്ടേ പഴമക്കാർ പറയാറുണ്ട്. അധികാരത്തിലിരിക്കുന്ന സർക്കാരുകൾ ഒരു സംഭവം നടക്കുമ്പോൾ താൽക്കാലികമായി ഇടപെടും. ദീർഘകാലത്തേക്കുള്ളതോ നിലനിൽക്കുന്നതോ ആയ ഒന്നുമില്ല. ഇല്ല, ഇനിയും നമുക്ക് കാലം മാപ്പ് തരില്ല. ഭൂമിയുടെ അവകാശികളെ കുറിച്ച് പറഞ്ഞും പടമെടുത്തും വിലപിക്കുന്ന നമ്മൾ അവരുടെ താവളങ്ങളിൽ നിന്ന് കുടിയിറങ്ങണം. നമുക്ക് തിന്നാനും കുടിക്കാനും വേട്ടയാടാനും ഉള്ളതല്ല എല്ലാം. വേട്ടക്കാരൻ എന്നും അഴിക്കുള്ളിലാവുന്ന നിയമം വേണം. കർഷകർക്ക് രക്ഷകൊടുക്കാൻ ലോകം മുഴുവൻ അനുവർത്തിക്കുന്ന രീതികൾ പഠിക്കണം, നടപ്പാക്കണം. ചുട്ടുകൊന്ന കൊമ്പന്റെ കരിഞ്ഞ ഗന്ധമുള്ള റിസോർട്ടുകളിൽ നമുക്ക് ആഘോഷങ്ങൾ വേണ്ട എന്ന് വക്കണം. കാടും നാടും നിലനിൽക്കുന്ന സമസ്ത ജീവികൾക്കും രക്ഷകിട്ടുന്ന ഒരു സങ്കൽപ്പ കാലം വരുമെന്ന് വിചാരിക്കാം. ഒന്ന് ഓർക്കുന്നത് നന്ന്, എന്റെയല്ലെന്റെയല്ല എന്റെയല്ല, എല്ലാം എല്ലാർക്കുമുള്ളതാണ് എന്ന കാര്യം.

ഒരുപിടി കണ്ണീർപൂക്കളോടെ ഗജേന്ദ്രന്റെ കാൽക്കൽ സാഷ്ടാംഗ നമസ്കാരം.

സർവ്വപാപങ്ങൾക്കും മാപ്പ് തന്നാലും.

ദുരന്തദിനം

എന്തൊരു ദിനമാണ് ഇന്നലെ. രോഗഭീതിയിൽ മുഖംപൊത്തി മാളത്തിൽ കഴിയുന്ന മനുഷ്യ ജീവിതത്തിലേക്ക് വീണ്ടും കണ്ണീർ പെയ്തൊലിക്കുകയാണ്.

ജീവിതത്തിൽ സുഖമെന്തെന്നറിയാത്ത മനുഷ്യർ ജീവിക്കാൻ മാത്രമായി ഉയരങ്ങളിൽ കൂട് പോലെയുള്ള ലയങ്ങളിൽ ദുരിതം സഹിക്കുമ്പോഴും ഇങ്ങനെയൊരു ദുരന്തം പ്രതീക്ഷിക്കുകയില്ലല്ലോ. ജീവനും പ്രതീക്ഷകളും ഉറുമ്പുകളെപ്പോലെ ഒഴുകിപ്പോകുമ്പോൾ നിസ്സഹായരായി നോക്കിനിൽക്കുകയല്ലാതെ എന്ത് ചെയ്യും. എല്ലാം ഒഴുകിപ്പോകുന്ന കർഷകന്റെ കണ്ണീർ മറ്റൊരു വഴിയിലൂടെ. വൈകുന്നേരം പെരുമഴയിൽ തകർന്ന വിമാനത്തിന്റെ കാഴ്ചകൾ കൂടി ആയപ്പോൾ ഏറ്റവും വൃത്തികെട്ട ഒരു ദിവസമായി ഇന്നലെ. ഏറെ കാത്തിരുന്ന നാടെത്തിക്കഴിഞ്ഞ ശേഷമുള്ള ഈ ദുരന്തം! മുപ്പതുവർഷം പരിചയമുള്ള വൈമാനികന്റെ നിസ്സഹായമായ അന്ത്യം. ഒന്നൊന്നായി ഓർക്കുക പോലും പ്രയാസം.

മനസ്സിൽ ചോരപൊടിയുമ്പോൾ നിസ്സഹായർക്കു പ്രാർഥിക്കാൻ മാത്രമേ കഴിയൂ. സർവ്വം മറന്നു ദുരന്തനിവാരണം നടത്തുന്ന സഹോദരങ്ങളോടൊപ്പം നമ്മളും ഉണ്ട്.

കാലം മാറിവരും

നല്ല മഴ, തണുപ്പ്, സുഖമുള്ള അന്തരീക്ഷം. ആടിക്കളിക്കുന്ന മരങ്ങളും തെങ്ങും കവുങ്ങുകളും നീണ്ട കുളിയുടെ അനുഭൂതിയിലാണ്. മഴയെന്ന പ്രതിഭാസവുമായി കാലങ്ങളിലൂടെയുള്ള സൗഹൃദം ആർക്കും അനുഭൂതിദായകം തന്നെ.

ആകാശത്ത് ഇരുട്ട് ഉരുണ്ടുകൂടുമ്പോൾ അടുത്തകാലത്തായി ഭീതിയും കൂട്ടുവക്കുന്നു. പ്രളയം എന്ന വിപത്തിന്റെ ഭീതി. എവിടെയൊക്കെ ഭൂമി പൊട്ടി ഒലിക്കുമെന്ന ആശങ്ക. നിലവിളി കേൾക്കുന്നുവോ എന്ന തോന്നൽ. പാതി നനഞ്ഞ പത്രം തൊടാൻ തോന്നുന്നില്ല. സ്വാസ്ഥ്യമുള്ളതൊന്നും അതിൽ ഉണ്ടാവാൻ ഇടയില്ല. ടിവി ഡിസ്കണക്റ്റ് ആണ്. തുമ്മിയാൽ ജീവൻ പോയേക്കാവുന്ന LED ടിവി ചുമരിൽ നിശബ്ദമായി ഇരുന്നോട്ടെ. സുഖകരമായ വാർത്തകൾ കണ്ടിട്ടും കേട്ടിട്ടും കുറച്ചായി.

ഒരു ദുരിതകാലം അത്രേ ഉള്ളൂ അല്ലേ. കാലം മാറി വരും. കാറ്റിൻ ഗതി മാറും...

കടലിലെ ന്യൂന മർദ്ദങ്ങൾ കരയുടെ ദാഹം തീർക്കട്ടെ. കാരുണ്യവും അതോടൊപ്പം പെയ്തൊഴുകുമായിരിക്കും. ഒരു കപ്പ് ചൂട് ചായ കുടിച്ചു കൊണ്ട് ഈ മഴയിൽ അലിഞ്ഞു ചേരാം.

ഉദ്യോഗസ്ഥരുടെ തന്റേടം

സർക്കാരിന്റെ ശമ്പളം പറ്റുന്നവരൊക്കെ സർക്കാർ ഉദ്യോഗസ്ഥരാണ്. വിനയം മൂത്ത് സർക്കാരിന്റെ /ജനങ്ങളുടെ ദാസനെന്നോ വിജയനെന്നോ ഭൃത്യനെന്നോ ഒക്കെ പറയും, പ്രസംഗിക്കും. ഒരൊറ്റ വട്ടം ഏതെങ്കിലും വില്ലേജാപ്പീസിലെങ്കിലും പോയവർക്ക് ഇതിന്റെ നിജസ്ഥിതി ബോധ്യപ്പെട്ടിരിക്കും.

സർക്കാർ തന്നെയാണ് ജൂഡീഷ്യറി ഉദ്യോഗസ്ഥർക്കും ജഡ്ജിമാർക്കും ശമ്പളവും മറ്റു ആനുകൂല്യങ്ങളും നൽകുന്നത് അല്ലേ? മദ്രസ്സ ഉസ്താദുമാർക്കും ശാന്തിക്കാർക്കും എയ്ഡഡ് മാഷന്മാർക്കും ശമ്പളം സർക്കാർ തന്നെയാണ് കൊടുക്കുന്നത്. ഇനി ആരാണീ സർക്കാർ? പറച്ചിലിൽ ജനങ്ങളാൽ, ജനങ്ങൾക്ക് വേണ്ടി എന്നൊക്കെയുള്ള ചർവ്വിത ചാർവ്വണം ആവർത്തിക്കുന്നില്ല. ഏതായാലും ഭരണത്തിൽ ഇരിക്കുന്ന രാഷ്ട്രീയ പാർട്ടികൾ തീരുമാനിക്കുന്നതാണ് തീരുമാനം. അവർ കളിക്കുന്നതും കളിപ്പിക്കുന്നതും ആണ് കളി.

അപ്പോൾ വെറും ട്രാൻസ്ഫറിനെ പേടിക്കുന്ന ഉദ്യോഗസ്ഥന് ആരെയാ പേടി? ഓർത്തു നോക്കുക. രസമുള്ള മറ്റൊരു കാര്യം സർക്കാർ ശമ്പളം വാങ്ങി കൊട്ടും രാഷ്ട്രീയം തുപ്പുന്ന മാഷ്/ടീച്ചർ എന്ന ജാതി നേതാക്കൾക്ക് എന്താ ഒരു പ്രത്യേകത. സേവനത്തിന്റെ ചക്രവാളം പോരാ എന്ന തോന്നൽ തന്നെ. പാടില്ല പാടില്ല എന്നൊക്കെ കോടതി പറഞ്ഞ് നാക്കു വായിലിടും മുമ്പ് സ്റ്റേ വയർ ഇട്ടു കെട്ടി.

ഉദ്യോഗസ്ഥരുടെ ധീരത എന്നൊക്കെ കേട്ടു തെറ്റിദ്ധരിക്കുന്നവരുണ്ട്. ഇല്ലാഞ്ഞിട്ടല്ല. പലരും ആദ്യകാലങ്ങളിൽ നിഷ്പക്ഷവും ധീരമായും നിലകൊള്ളും. ഒന്നുകിൽ സ്ഥലം മാറ്റംകൊണ്ട് അല്ലെങ്കിൽ

ആരോപണവും അന്വേഷണവുംകൊണ്ട്, ഇതൊന്നും പറ്റുന്നില്ലെങ്കിൽ ഹീനമായ ഒരു മൂലയ്ക്കിരുത്തി അവരെ അവസാനിപ്പിക്കും. അതിനുപറ്റിയ പല പോസ്റ്റുകളും നിലനിർത്തുന്നത് തന്നെ അതിനാണ്. ഭരണകക്ഷി യിലെ ലോക്കൽ നേതാവിൽ നിന്നും ഇൻഷ്വറൻസ് പോളിസി എടുക്കാ ത്തതും എക്സിബിഷൻ കമ്മറ്റിക്ക് പണം വക മാറ്റി കൊടുക്കാത്തത് പോലും ധിക്കാരമാണ്. ഇതൊക്കെ ചെറിയ ആൾക്കാരുടെ കാര്യം. പോലീസിന്റെയൊക്കെ കാര്യമോർത്താൽ ചിരിച്ചുചിരിച്ചു കരഞ്ഞുപോ വും.

സർക്കാർ എന്ന ഹിമാലയത്തിനു നേരെ നിൽക്കുന്ന ചെറിയ മനു ഷ്യരുടെ ഏതൊക്കെ വിധത്തിലുള്ള അന്ത്യം നമ്മൾ കണ്ടിരിക്കുന്നു. കോടതികളെക്കുറിച്ച് മിണ്ടിക്കൂടാ. കോടതി അലക്ഷ്യമാവും. അങ്ങനെ ആവില്ലെങ്കിൽ ഒരൊറ്റ ചോദ്യം. രാഷ്ട്രീയ പശ്ചാത്തലമുള്ള വക്കീല ന്മാരെ ജഡ്ജിമാർ ആക്കാതിരിക്കണം എന്ന് ആഗ്രഹിച്ചുകൂടെ? സ്വപ്നം കണ്ടുകൂടെ?

ഞാൻ ഒരു കൊടും ഭീരുവാണ്. കണ്ണ് മിഴിച്ചാൽ തന്നെ മൂത്രമൊ ഴിച്ചു പോവും. ഉദ്യോഗസ്ഥനായിരുന്ന എനിക്കറിയാം ഈഗോവിന്റെ ചുട്ട കളിമൺ രൂപങ്ങൾ ആണ് ഓരോരുത്തരും. നായ്ക്കളെ പിടിക്കുന്ന നായ്ക്കളെ പോലെ ഉദ്യോഗസ്ഥനെ പിടിക്കുന്ന ഉദ്യോഗസ്ഥരും ഉണ്ട്. അവർ വളഞ്ഞു പിടിച്ചു ഒക്കെ ശരിയാക്കിക്കോളും. ഉറപ്പാണ്.

തമ്മിൽ ഒക്കരുത്

സാനിറ്റൈസർ ഒക്കെ കൈയിൽ പുരട്ടി രണ്ടുവിരൽകൊണ്ട് പത്രം വരാന്തയിലിട്ട് അറക്കുന്ന ജീവിയെ എന്ന പോലെ വിശദമായി പരിശോധിച്ചു കൊണ്ടിരിക്കെ പാലുമായി വന്ന സുനി ഞാൻ വച്ച പാത്രത്തിലേക്ക് കുപ്പിയിൽ നിന്ന് പാലൊഴിക്കുന്നതിനിടയിൽ ചോദിച്ചു.

'എന്തായി സർ, സ്വർണ്ണ കടത്ത്.'

'ഒന്നുമായില്ല സുനി.'

'ഒന്നും ആവാൻ പോണില്ല സർ.'

'ഒക്കെ ഓല് ഒക്കും.'

അയാൾ കെട്ടിയ മാസ്കും അയാളും നനഞ്ഞിട്ടുണ്ട്. നിക്കാൻ നേരമില്ല. ഞാൻ വീണ്ടും കോവിഡ് നിറഞ്ഞ പത്രത്തിലേക്കു നോക്കി. സുനിയുടെ കുടുംബം പാരമ്പര്യമായി പാൽ കച്ചവടക്കാരാണ്. അയാളുടെ അച്ഛൻ കൃഷ്ണൻ ഉണ്ടാക്കിയ ഓടിട്ട ഒരു ചെറിയ വീട്ടിലാണ് ഇപ്പോഴും താമസം. ഒരു വെറ്ററിനറി ഡോക്ടറായ എനിക്കവരെയും അവരുടെ കഷ്ടപ്പാടും നന്നായി അറിയാം. കൃഷ്ണേട്ടൻ ഒരു ജീവിതകാലം മുഴുവൻ ഈ വ്യാപാരം ചെയ്തു കഥ പറയും. പ്രതാപകാലവും ചത്തുപോയ പൈക്കളുടെ കഥയും മക്കളെ കെട്ടിച്ച കഥയും.

അർദ്ധ സ്വാമിയായ അയാൾ ചുമച്ചുകൊണ്ട് ഇടക്ക് തൊഴുകയും നീട്ടിയ നരച്ചമുടി ഒതുക്കി വക്കുകയും ചെയ്തുകൊണ്ട് പറയും, 'ഇവനെങ്കിലും കൈച്ചലായാൽ മതിയാരുന്നു.' അദ്ദേഹം മരിച്ചു പോയി.

സുനിയുടെ ആലയിൽ ഇരുപതോളം പശുക്കളുണ്ട്. കറവയും കുളിപ്പിക്കലും ചാണകം മാറ്റി കഴുകലും ഒക്കെ തനിച്ചാണ്. കാലത്ത് മൂന്നുമണിക്ക് തുടങ്ങി വൈകുന്നേരം എട്ടുമണി വരെയുള്ള

വിശ്രമമില്ലാത്ത പണി. സൈക്കിളിൽ പാലുമായി സൊസൈറ്റിയിലും വീടുകളിലും സമയത്തിന് എത്തണം. മഴയായാലും മഞ്ഞായാലും വെയിലായാലും. എന്നിട്ടോ, ഇന്നും അയാൾ കൈച്ചലായോ? വീട്ടിലേക്ക് നേരാംവണ്ണം വഴിയില്ല. ചുറ്റിലും ഗൾഫുകാർ സ്ഥലം വാങ്ങി വൻ വീടുകൾ വച്ചു.

ചാണകമണം സഹിക്കാൻ പറ്റുന്നില്ല എന്നും കൊതുകുണ്ടെന്നും പറഞ്ഞ് പലരും കോർപ്പറേഷനിൽ പരാതി കൊടുത്തു. 'ഓലും എന്നെപ്പോലെ പണിക്കു പോയവരാ സാറേ. നാലുകൊല്ലംകൊണ്ട് ഇങ്ങനെയായി. ഇപ്പോ നമ്മളെ കണ്ടാൽ അറപ്പാണ്.' പലപ്പോഴായി അയാൾ പറഞ്ഞതും നേരിട്ട് കണ്ടതുമായ കാര്യങ്ങളാണ്.

സുന്ദരനായിരുന്ന സുനി നാൽപ്പത് കഴിഞ്ഞപ്പോഴേക്കും വൃദ്ധനായി. താടിയും തലയും നരച്ചു. കഷണ്ടിയായി. മുന്നിലെ രണ്ടു പല്ലുകൾ പോയി. കാലിന്റെയും കൈകളുടെയും നഖം കറുത്തു കേടായി. കുടിയും ബീഡി വലിയും ഇല്ല. കള്ളം പറയില്ല, കടം വാങ്ങില്ല. അയാൾ ഇപ്പോഴും ഓടുകയാണ് കൈച്ചലാവാൻ.

ഇങ്ങനെയുള്ള സുനിമാർക്കും എന്നെപ്പോലുള്ളവർക്കും സർക്കാരിൽ പ്രതീക്ഷ വച്ചേ പറ്റൂ.

പോലീസുള്ളത് കൊണ്ടാണ് നമ്മൾ സമാധാനമായി ഉറങ്ങുന്നത്. സർക്കാർ ആശുപത്രികളും സർക്കാർ ബസ്സുകളും സർക്കാരും ഞങ്ങളുടെ പ്രതീക്ഷകളാണ്. അത് നഷ്ടപ്പെടുന്നത്, അതിന്റെ നാശം ഞങ്ങളെയും ഇല്ലാതാക്കും. അവർ പറയുന്ന എന്തും അനുസരിക്കുന്ന ബഹുഭൂരിപക്ഷമായ ഞങ്ങൾ ഏത് ദുസ്സഹമായ കോവിഡ് കാലത്തും പ്രതീക്ഷ വിടുന്നില്ല. പക്ഷേ ഈ പ്രതീക്ഷളുടെ സുരക്ഷാമതിലുകളിലെ ചോർച്ചയും വിള്ളലും ഞങ്ങളെ ആശങ്കപ്പെടുത്തുന്നു. അത് ഞങ്ങൾക്ക് പരിഹരിച്ചു കിട്ടണം.

സുനി പറയുംപോലെ ഓല് തമ്മിൽ ഒക്കരുത്.

ആരാണ് യഥാർത്ഥ ന്യൂസ് മേക്കർ ?

കോടതികൾ ഇല്ലാത്ത ദിവസം പൊതുവെ ഒരു നിരാശയാണ്. ഇന്ന് കാര്യമായി ടിവിയിലും നാളത്തെ പത്രത്തിലും ഒന്നും ഉണ്ടാവില്ല. ജനാധിപത്യത്തിന്റെ ബാക്കി മൂന്ന് തൂണും ബലക്ഷയം കൊണ്ട് വൈഷമ്യത്തിലാണെന്ന തോന്നുന്നു. തർക്കവും വ്യവഹാരവും ഒക്കെ സ്വാഭാവികം. അതിൽ നീതിന്യായ കോടതികൾ തീർപ്പുകൽപ്പിക്കുകയും ചെയ്യും. ഇപ്പോൾ എല്ലാ തീർപ്പുകളും അവിടെ ത്തന്നെ. രാഷ്ട്രീയ കാര്യമായാലും മതപരമായാലും കുടുംബകാര്യവും സംഘടനകാര്യങ്ങളും ഒക്കെ കോടതിയിലാണ്.

ഫ്ലാറ്റ് പൊളിക്കാൻ, പാലം പൊളിക്കാൻ, കേസെടുക്കാൻ, സിബിഐ വരാൻ, വരാതിരിക്കാൻ, അമ്പലത്തിൽ ആര് കേറണം, കേറരുത് എന്ന് തീരുമാനിക്കാൻ, പൊലീസ് ഇടപെടാൻ, ഇടപെടാ തിരിക്കാൻ, മന്ത്രി അഴിമതിക്കാരനോ അല്ലയോ എന്നും അയാൾക്ക് തുടരാമോ എന്ന് പറയാൻ, പള്ളികളും സിമിത്തേരിയും ആർക്കെന്ന പറയാൻ, തുടങ്ങി സാമൂഹികമായ പ്രശ്നങ്ങൾ തൊട്ട് കർഷക സമരവും പോക്സോ കേസ് ആര് അന്വേഷിക്കണമെന്നും സിനിമയും സാഹിത്യവും വരെ കൈകാര്യം കോടതിയിലാണ്.

അന്തിമതീരുമാനത്തിന് കോടതികളെ സമീപിക്കുക സ്വാഭാവികം. പക്ഷേ എല്ലാം അവിടെയാണെന്നും അവിടെ മാത്രമാണെന്നും എന്നെ പ്പോലൊരു സാധാരണക്കാരന് തോന്നിപ്പോയാൽ അത് തെറ്റാണോ? പിന്നെ മറ്റു മൂന്ന് തൂണുകൾ ഒക്കെ ഈ നെടുംതൂണിൽ ചാരി നിൽക്കു കയാണോ?

അഭിപ്രായവും വ്യത്യാസവും

അഭിപ്രായ വ്യത്യാസം എന്ന മഹായുദ്ധത്തിൽ അഭിപ്രായം എപ്പോഴും നമ്മുടെ പക്ഷത്തും വ്യത്യാസം മറ്റുള്ളവരിലു മാണ്. അഭിപ്രായത്തെ നടുവിൽ നിർത്തി ഒരു മഥനം നടത്തിയാൽ ചിലപ്പോൾ പരിഹാരം വന്നു കൂടായ്കയില്ല.

അഭിപ്രായം ശക്തമായി പറഞ്ഞാൽ അഹങ്കാരി എന്ന് മുദ്ര കുത്തും. പിന്നെ തേജോവധമാണ്. നിങ്ങൾ വലിയ നന്മക്കുറുപ്പായി വിരാജി ക്കുന്നതിനിടയിൽ ആരോടെങ്കിലും ഒരു നോ പറഞ്ഞുവോ അവർ പിന്നെ ആജന്മ ശത്രുക്കളായി. അങ്ങനെ രണ്ടു ശത്രുക്കളുണ്ടായാൽ പിന്നെ അത് പടർന്നുപിടിക്കുന്ന ഒന്നാവും. സെലിബ്രിറ്റികളോ മറ്റോ ആണെങ്കിൽ കഥ ചിത്രവധം ആട്ടക്കഥ ആവും. കോവിഡിനെക്കാൾ വേഗം പടരുന്ന ഒന്നാണ് പരദൂഷണം.

ആത്യന്തികമായി വിജയിക്കുന്നവന്റെ പക്ഷത്താണ് ഭൂരിപക്ഷവും നിൽക്കുക. എറിഞ്ഞാൽ എത്താത്ത വൻവൃക്ഷമാവുന്ന ചിലരുണ്ട്. എന്നാലും ഇടക്കൊക്കെ പള്ളക്ക് ഓരോന്ന് വച്ചുകൊടുക്കും.

അപഥ സഞ്ചാരമൊക്കെ കിട്ടിയാൽ പിന്നെ പാൽപ്പായസമായി. ഓരോ ജീവികൾക്കും ഭക്ഷണം ഓരോന്നാണല്ലോ. പഥത്തിലുള്ള സഞ്ചാരമായാലും അതിൽ പറ്റുമെങ്കിൽ ഒരു 'അ' ചേർക്കും.

ആരെങ്കിലും ഒന്ന് പറഞ്ഞു തുടങ്ങിയാൽ മതി. പിന്നെ അത് മഹാ കോവിഡ് ആയിക്കോളും. കച്ചവടം ആണ് എല്ലാത്തിലും മുഖ്യം. കാലം എല്ലാത്തിനെയും വിൽപ്പനച്ചരക്കായി കാണുന്നു എന്നുവേണം വിചാരിക്കാൻ. കിഡ്നിയും ഹൃദയവും മുതൽ പേരും പ്രശസ്തിയും വരെ. അപകീർത്തി വിറ്റു ജീവിക്കുന്നവരും സ്വാഭാവികമായി ഉണ്ടാവുമല്ലോ?

ഇങ്ങനെയൊക്കെ അപഗ്രഥിക്കാൻ ഇയാളാരാ കുവേ മനഃശാസ്ത്ര ജ്ഞനോ അതോ തത്വ ചിന്തകനോ. അയ്യോ അല്ല. കോവിഡ് തീർത്ത കാരാഗൃഹത്തിൽ ഒറ്റക്കിരുന്ന് മുഷിയുമ്പോൾ വിടുന്ന ഓരോ ഠോക്കർ. വെടിവട്ടം പറയാൻ ആളില്ലാത്തതിന്റെ വിശപ്പ് മാറ്റുന്ന എന്ന് കൂട്ടിയാൽ മതി.

മുഖമില്ലാത്ത പുസ്തകമാണല്ലോ fb. ഇടക്കിടക്ക് മുഖം മാറ്റിയിട്ട് പഴുത്ത മാങ്ങ കുലുക്കിയിടും പോലെ ലൈക്കുകൾ വാരിക്കൂട്ടാം. ലൈക്കും ലവ്വും രണ്ടാണല്ലോ. ഇതിൽ കൂടി ഉണ്ടാക്കിവച്ച പ്രതികരണ രീതി ജീവിതത്തിന്റെ ഭാഗമായിക്കഴിഞ്ഞു. ചിലർ ഏകലവ്യന്റെ മുറിഞ്ഞ പെരുവിരൽ

മുദ്രകളിലൂടെ അഭിനന്ദനവും ആനന്ദവും. ഒരു രസമൊക്കെ ഉണ്ട് കേട്ടോ. പക്ഷേ കാര്യമായും കഠിനമായും ഒന്നും പറയരുത്. ആഭാസ കലാകാരന്മാർ കമന്റെന്ന പേരിൽ വൈകൃതം ആഘോഷിക്കും.

ഞാൻ ഒരു തവണ ബസ് സ്റ്റോപ്പിൽ നിൽക്കുമ്പോൾ ഒരു ബസ് നടുറോഡിൽ നിർത്തുന്നു. ഒരാൾ ഇറങ്ങി ഓടുന്നു. കണ്ടക്ടറും കൂട്ടരും പിറകെയും. ഓടിച്ചിട്ടു അടി തുടങ്ങി. എന്നെപ്പോലെ ബസ് കാത്ത് നിന്ന മസിലൻ ചെറുപ്പക്കാരൻ ഓടിച്ചെന്ന് രണ്ട് ചവിട്ട്. ആ ഇര പിട യുകയാണ്. അവനെ ഉപേക്ഷിച്ച് ഇറങ്ങിയവർ അകത്തേക്ക് കയറി. കിളി വിസിൽ ഊതി. അവർ പോയി. കഴുത്തിൽ ഇട്ട തോർത്തുമുണ്ടിൽ വേദന കടിച്ചുകൊണ്ട് അയാൾ ബസ് സ്റ്റോപ്പിലേക്ക് വന്നു. 'സാറേ ചായ കുടിക്കാൻ ഒരു പത്തുർപ്പ്യ തരോ.' ഞാൻ ഒരു പത്തു രൂപ കൊടുത്തു. അത് കീശയിലിട്ട് അയാൾ എന്തൊക്കെയോ പറഞ്ഞുകൊ ണ്ട് നടന്നുപോയി. പാവം ഒരു മാനസിക രോഗിയാണ്. ബസ്സിലുണ്ടായ എന്തോ ചില്ലറ പ്രശ്നങ്ങളാണ്.

ചവിട്ടിയ സുഹൃത്തിനോട് ഞാൻ മെല്ലെ ചോദിച്ചു.

'എന്തായിരുന്നു പ്രശ്നം?'

'ആ.' അവൻ കൈ മലർത്തി.

'പിന്നെ നിങ്ങൾ എന്തിനാണ് അയാളെ ചവിട്ടിയത്.'

'അത് എല്ലാരും തല്ലുന്നു കണ്ടു. ഞാനും കൊടുത്തു രണ്ട്.'

അയാൾ അടുത്ത ബസ്സിൽ കേറിപ്പോയി, ഒരു കുറ്റബോധവുമില്ലാതെ. ആൾക്കൂട്ട മനസ്സ് പലപ്പോഴും അങ്ങനെയാണ്. എന്നാലും ഈ ലോകം നിലനിൽക്കുന്നത് എത്രയോ വിവേകികളും നന്മ നിറഞ്ഞവരെയും കൊണ്ടാണ്. പ്രത്യേകിച്ച് പണിയൊന്നുമില്ലാതെ എന്നെപ്പോലെ ഉള്ള വർക്കും ആ നന്മയോടൊപ്പം ചേരാം. കാനിബാളിസം എന്ന ഒരു ശീലം പക്ഷികളിൽ ഒക്കെ പ്രകടമാണ്. ഒരു തുള്ളി ചോര പൊടിഞ്ഞാൽ

കോഴികളൊക്കെ കൂടി അതിനെ കൊത്തിക്കൊല്ലും. വലിയ അവകാശ വാദം ഉന്നയിക്കുന്ന മനുഷ്യ കുലത്തിൽ ഇതിന്റെ ഓർമ്മ കോശങ്ങൾ ഉണ്ടോ ആവോ? പരസ്പര ബന്ധം ഇല്ലാതെ പലതും പറഞ്ഞെങ്കിൽ ക്ഷമിക്കുക.

നമുക്ക് വെറുതെ വിടാൻ സാധിക്കണം. എല്ലാവരും ജീവിച്ചോട്ടെ. അല്ലേ ?

ഒരം

'ഒരം' എന്ന് കണ്ണൂരുകാർക്ക് ഒരു വാക്കുണ്ട്. ഒരം തെകഞ്ഞോൻ തെകഞ്ഞോൾ എന്നൊക്കെ പറയും. എന്ന് വെച്ചാൽ arrogance എന്നോ ശൗര്യവും കാർക്കശ്യവും ഉള്ള ആളെന്നും പരുക്കൻ മട്ടുകാരൻ എന്നൊക്കെ മനസ്സിലാക്കുക. പണ്ട് മുതലേ കണ്ണൂർക്കാരുടെ നിഷ്ക ളങ്കത വാഴ്ത്തുകയും ആത്മാർത്ഥത പുകഴ്ത്തുകയും ചെയ്യുമ്പോൾ തുടർച്ച യായി പറയും, 'ഓനോട് കളിച്ചൂടാ, തെറ്റിയാ കത കൈച്ചു കളയും.' കണ്ണൂരുകാരനും ദുർബ്ബലനുമായ ഞാൻ പോലും ഈ കണ്ണൂരിന്റെ ശൗര്യം പ്രയോഗിച്ചു നോക്കിയിട്ടുണ്ട്.

എന്ത് കഷ്ടമാണെന്നു നോക്കൂ, എത്ര ആൾക്കാരാണ് (അണികൾ) പല പാർട്ടികളിൽ നിന്ന് കൊല്ലപ്പെടുന്നത്. ഒക്കെയും ഈ ഒരം കൊണ്ടാണ്. കുറേയേറെ കാലമായി കണ്ണൂരിൽ ഏതു പാർട്ടിയിലും ഒരം തെകഞ്ഞ നേതാക്കൾക്കേ അംഗീകാരമുള്ളൂ. കാലം മാറിയിട്ടും വിമാനത്താവളമൊക്കെ വന്നിട്ടും ഒരം കുറഞ്ഞില്ല. കൊലപാതകങ്ങൾ ലോകത്തിന്റെ പലഭാഗത്തും ഉണ്ടാവാറുണ്ട്. രാഷ്ട്രീയ കൊലപാതക ങ്ങൾ തന്നെ. പക്ഷേ ഇത്രയ്ക്ക് അതിൽ വീണുപോയ, ഇത്രയും നല്ലവർ ഇനി എങ്ങനെ രക്ഷപെടും. കൊല്ലുന്നവർ തന്നെ ഉപദേശിക്കുന്നു. ഈ പരമ വങ്കത്തരത്തിൽ നിന്ന് നമ്മുടെ നാടിനു മോചനമില്ലേ? പല ഗവേഷകരും ഇതിനു ചേകോന്മാരുടെ ജീനിന്റെ തുടർച്ച എന്നൊക്കെ മഹത്വവൽക്കരിക്കുന്നുണ്ട്. കണ്ണൂർക്കാർ മുഴുവൻ ചേകോന്മാരാണോ?

ഒരം, ബെകിട് (വങ്കത്തരം) അവസാനിപ്പിച്ചാൽ കണ്ണൂർക്കാർക്ക് ഒന്നും രണ്ടുമല്ല ഒരുപാട് ചങ്കുണ്ട്.

ദയവായി ഒരൊറ്റ കൊലപാതകത്തിലും ന്യായീകരണം ഉണ്ടായിക്കൂടാ. ഞാൻ ഒരു വങ്കനാണ്. ഭീരുവാണ്. എന്നേക്കാൾ വങ്കന്മാരാണ് ഈ കൊലപാതക രാഷ്ട്രീയക്കാർ. അറപ്പ് തോന്നുന്ന ഈ ഒരം ഇല്ലാതാവണം. നാടിനെ സേവിക്കാൻ ഒരം വേണ്ട. സ്വതസിദ്ധമായ നമ്മുടെ ആത്മാർത്ഥതയും സ്നേഹവും മതി.

അതീവ ദുർബലനായ ഒരു കണ്ണൂർക്കാരൻ.

അടിമരുന്ന്

എല്ലാത്തിനും ഒരേ മരുന്നാണ്. പഠിക്കാതിരുന്നാൽ, കണക്കു തെറ്റിയാൽ, പദ്യവും ഗുണകോഷ്ഠവും ഹൃദിസ്ഥമാക്കിയില്ലെങ്കിൽ, എണീക്കാൻ വൈകിയാൽ, വീട്ടിലെത്താൻ വൈകിയാൽ ആരോടെങ്കിലും തർക്കുത്തരം പറഞ്ഞതായി കേട്ടാൽ, മാർക്ക് കുറഞ്ഞാൽ....

ലൗ ലെറ്റർ കൊടുത്തവർക്കും കിട്ടിയവർക്കും! എന്തിന്?വീണാൽ പോലും. വീണാൽ പൊക്കിയെടുത്തു നിർത്തി രണ്ടെണ്ണം പൊട്ടിക്കും. മേലിൽ വീഴാതിരിക്കാനും വീണ പേടി മാറാനും. എങ്ങനെ പേടി മാറും?

അടി ചികിത്സ അക്യുപങ്ചറിനേക്കാൾ ഫലപ്രദം ആണെന്നാണ് വെപ്പ്. അടി, ചീത്ത, ഉപദേശം...

അതൊക്കെ ഇല്ലാതായതിൽ കുട്ടികളെക്കാൾ സന്തോഷം മുതിർന്നവർക്കാണ്.രക്ഷിതാക്കൾക്ക് പോലീസ് മനസ്സ് ഇല്ലാത്ത കാലം മഹത്തരമാണ്. പോലീസ് നിർവീര്യമാവുകയും അരുത്.

പക്ഷേ തിരിച്ചറിവും വിവേകവും ഉള്ള പോലീസാവണം. രക്ഷിതാക്കൾക്ക് എന്തിനായിരുന്നു എന്തോ ഇത്ര ഗൗരവം? സ്നേഹം കാണിക്കാൻ ഇത്ര ലോഭം? ചിരിക്കാത്ത രാഷ്ട്രീയ നേതാക്കളും മത നേതാക്കളും ഇപ്പോഴും ഉണ്ടോ? കുട്ടികൾ അവർക്ക് തോന്നുന്നത് മാത്രമേ ചെയ്യൂ.

വാൽകഷ്ണം:

അടിയോടടി കിട്ടിയിട്ടും നീന്താനും മരകേറാനും ഒപ്പം കണക്കും പദ്യവും കാൽപ്പന്തും പഠിച്ചു.

ഇപ്പോ ഒരോന്നും കൊണ്ടുപോയി പഠിപ്പിക്കണം. കുപ്പായവും ബാറ്റും ബോളും ഷൂസുമൊക്കെ അച്ഛനമ്മമാർ ചുമക്കണം. എൻട്രൻസ് കോച്ചിങ്ങിനും പരീക്ഷക്കും അമ്മ വേണം. ഭക്ഷണവും ഹോസ്റ്റലും പിടിച്ചില്ലെങ്കിൽ വാടക വീട് വേണം. ഓരോന്നിനും ഓരോ മാഷന്മാർ. ഒക്കെ കോവിഡാനന്ദ മൂർത്തി ഇല്ലാതാക്കി. ഓരോ റിയാലിറ്റി ഷോ ഒക്കെ വീട്ടിൽ തന്നെ.

ഓർമ്മയും മറവിയും

പരസ്പര വിരുദ്ധമായ രണ്ടു വാക്കുകൾ, കാര്യങ്ങൾ. രണ്ടും ഓരോ അനുഗ്രഹങ്ങൾ. അനുഭവങ്ങളുടെ (നേരിട്ടോ, കേട്ടതോ, വായിച്ചതോ) ഓർമ്മകൾ നമ്മുടെ ഉള്ളിൽ ഉണ്ട്. എല്ലാം ഉണ്ടെന്നാണ് നമ്മളുടെ വിചാരം. കുറച്ചേ യഥാർഥത്തിൽ ഉള്ളൂ. പക്ഷേ ആ കുറച്ചാണ് നമ്മളുടെ ജീവിതം നയിക്കുന്നത്.

പരീക്ഷകളിലെ മാർക്കും ക്ലാസും ജീവിതത്തിന്റെ നിർണ്ണായകമായ വസ്തുതകളാണ്. ബുദ്ധി എന്നൊക്കെ വിളിക്കുമ്പോഴും അതും ഏറിയകൂറും ഓർമ്മശക്തിയുടെ മൂല്യനിർണ്ണയമാണ്. ശരാശരിക്കാരന്റെ വിജയവും അതുതന്നെ. മറവിയെന്ന അനുഗ്രഹം ഇല്ലായിരുന്നുവെങ്കിൽ എത്ര ദുസ്സഹമായിരിക്കും ജീവിതം. ഈ മറവിയുടെ മറവിലാണ് കച്ചവടവും രാഷ്ട്രീയവും ഒക്കെ പൊടിപൊടിക്കുന്നത്.

ഓർമ്മകളെ ഗൃഹാതുരത്വവും സുഖദമായ അനുഭവങ്ങളുമായി താലോലിക്കുമ്പോഴും മറക്കാൻ ആഗ്രഹിക്കുന്ന എന്തൊക്കെ കാര്യങ്ങളുണ്ട്. മോശമായവ ഒരുപക്ഷേ നമ്മുടെ മനസ്സിലേ കാണൂ. എങ്കിലും നാം വെറുക്കുന്നു. ഓർമ്മകളും മറവിയും തമ്മിലുള്ള ഇടപാടുകളാണ് ശരാശരി ജീവിതം എന്ന് തോന്നിപ്പോവുന്നു. ഓർമ്മകൾ മരിക്കുമ്പോഴും മറവി ഇല്ലാതാവുമ്പോഴും ജീവിതം ദുരിത പൂർണ്ണമാവും. മറവി രോഗം പോലെ ഓർമ്മ രോഗവും ഇല്ലാതിരിക്കട്ടെ.

നിവരാത്ത വാൽ

പണ്ട് മുതലേ എനിക്ക് അഭിപ്രായ വ്യത്യാസം തോന്നിയ ഒരു കാര്യമാണിത്. പന്തീരാണ്ടു കാലം കുഴലിലിട്ടു നീർക്കാൻ പറ്റാത്ത വാലിന്റെ സമസ്യ. എല്ലാം നേരെയാണ് വേണ്ടതെന്ന വങ്കത്തരത്തിന്റെ സദാചാരവും കണ്ടുപിടുത്തവും. വളഞ്ഞിരിക്കേണ്ടത് വളഞ്ഞു തന്നെ ഇരുന്നോട്ടെ. അതുകൊണ്ടു എന്താണ്? അത് നീർക്കാനും മുറിച്ചു മാറ്റാനുമുള്ള ഈ ധാർഷ്ട്യമാണ് കുഴപ്പം.

സ്വന്തം ശരീരത്തിന്റെ അഭംഗികൾ മനുഷ്യനെ ബാധിക്കാറേ ഇല്ല. ഒന്നിനും ഒരു അഭംഗിയുമില്ല. പ്രകൃതിയും അതിന്റെ സന്തതികളും സൗന്ദര്യം നിറഞ്ഞു നിൽക്കുന്നവയാണ്. ഒരു ജീവിക്കും കേമത്തം ഇല്ല.

പോലീസ്

ദയവായി അനുഭവമോ ഭാവനയോ എന്ന് ചോദിക്കരുത്. അതൊക്കെ ഒന്നു തന്നെ. കാറ് വാങ്ങിച്ച ഹുങ്കിൽ പറന്നു നടക്കുന്ന കാലം. വേണ്ടതിനും വേണ്ടാത്തതിനും കാറിലാണ് യാത്ര. ഒരു ട്രാഫിക് പോയിന്റിൽ സദാ സിഗ്നൽ കാട്ടുന്ന കവലയിൽ അത് ചത്തു കിടക്കുന്നു. ഒരു പോലീസുകാരൻ ആവും വിധം ഓടി നടക്കുകയും കൈകൊണ്ടും വിസിലൂതിയും ചന്തികാട്ടിയും വാഹനങ്ങൾ നിയന്ത്രിക്കുകയാണ്. എന്നിട്ടും ഒരു മാന്യതയും ഇല്ലാതെ ആൾക്കാർ ചാടിപ്പോവുന്നു.

ക്ഷമകെട്ട ഞാൻ അൽപ്പം ഒന്നു മുമ്പോട്ട് എടുത്തു. വെള്ളക്കുപ്പായം, കറുത്ത തൊപ്പി, കട്ടമീശ, കുറച്ച് വളഞ്ഞ കരുവാളിച്ച മുഖമുള്ള രാക്ഷസൻ മുന്നിൽ വഴിമുടക്കി. ഹനുമാനെ പോലെ.

എടുക്കെടാ ബാക്കിലേക്കു എന്നതാണ് രാക്ഷസന്റെ വാക്കുകളിൽ ഏറ്റവും മുന്തിയത്. ബാക്കി തെറിയുടെ മാലിന്യം ഏഴു കടലിൽ കുളിച്ചാലും പോവില്ല. മാന്യന്റെയും കാറിന്റെയും എല്ലാ ഉളുപ്പും തകർന്നു വീണു. ഫ്രണ്ട് ഗ്ലാസ് പൊട്ടി തെറിക്കാവുന്ന തെറി കേട്ടു റിവേഴ്സ് ചെയ്തുവച്ചു.

വാശിക്ക് ആ രാക്ഷസൻ കുറേനേരം ആ വശത്തുള്ള ആൾക്കാരെ തിരിഞ്ഞു നോക്കിയില്ല. ഹോൺ അടിച്ച് അക്ഷമ കാട്ടിയവരെയും അയാൾ പുലഭ്യം പറഞ്ഞു കൊണ്ടിരുന്നു. എന്തൊരു വൃത്തികെട്ടവൻ. തനിക്കു ഞാൻ വച്ചിട്ടുണ്ട് എന്നൊക്കെ ഓർത്ത് തെറിയിൽ പൊളിഞ്ഞ തൊലിയിൽ വാശികൊണ്ട് എണ്ണ പുരട്ടി. അന്നുറങ്ങിയില്ല. അയാളുടെ മുഖവും തോങ്ങിയ തോളും വേച്ചുള്ള നടപ്പും തുപ്പൽ തെറിപ്പിച്ചുള്ള തെറിയും മാത്രം. ക്ലബ്ബ് സുഹൃത്തുക്കളായ മേലാപ്പീസർ മാരെയും

ക്ലാസ്സ്മേറ്റ് സിഐയെയും വിളിച്ചു.

'പേര് അറിയുമോ?'

'ഇല്ല'

'നമ്പർ?'

'പിന്നെ എന്ത് ചെയ്യാനാ, പോട്ടെടോ, ട്രാഫിക് അല്ലേ? നീ അത് കള.' ക്ലാസ്സ് മേറ്റിന്റെ മറുപടി.

പത്രത്തിൽ കത്തുകൾ എഴുതി. പോലീസുകാരന്റെ അന്തസ്സില്ലായ്മയെ പറ്റി. അതുകൊണ്ടരിശം തീരാഞ്ഞ് ഭാര്യയോട് തട്ടിക്കേറി രണ്ട് പെഗ്ഗടിച്ചു കിടന്നു. ക്രമേണ നാണക്കേടും വൈരാഗ്യവും കുറഞ്ഞു വന്നു.

ഒരു മൂന്നുമാസം കഴിഞ്ഞപ്പോൾ നഗരതിർത്തിയിലെ മറ്റൊരു സ്ഥലത്ത് ആ രാക്ഷസൻ ഡ്യൂട്ടി കഴിഞ്ഞു മടങ്ങാനായി ബസ്സിന് കാത്തു നിൽക്കുന്നു. കരിഞ്ഞ മുഖം, കട്ട മീശ, ചരിഞ്ഞ തോൾ.

യെസ്, അയാൾക്കു ഒരു ലിഫ്റ്റ് കൊടുക്കുക, എന്നിട്ട് പറ്റുംപോലെ അവമാനിക്കുക.

വണ്ടി നിർത്തി.

'എങ്ങോട്ടാ?' മൂപ്പര് ധാർഷ്ട്യത്തിൽ തന്നെ.

'ടൗണിലേക്കാണ്,കേറിക്കോളൂ.'

അയാൾ കേറി വാതിൽ ആവശ്യത്തിൽ അധികം ശക്തിയിൽ അടച്ചു. ദേഷ്യംകൊണ്ട് വിറക്കുന്ന മാന്യൻ ഒന്നും മിണ്ടിയില്ല. ഇര ചൂണ്ടലിൽ കുരുങ്ങിയ ആശ്വാസമുണ്ട്. അയാൾ തൊപ്പി ഊരി മടിയിൽ വച്ചു. മുശിങ്ങു നാറ്റം. തല പരപരാന്നു ചൊറിഞ്ഞു. കോട്ടുഴവായിട്ടു. ഒടുക്കത്തെ വായനാറ്റം. രണ്ടു ചുമച്ചു, പോക്കറ്റിൽ നിന്ന് ഇൻഹേലർ എടുത്ത് വായിലേക്ക് അടിച്ചു. അയാളുടെ സ്വന്തം വണ്ടി പോലെ ചാഞ്ഞിരുന്നു.

സ്വയം പരിചയപ്പെടുത്തി,

'നമസ്കാരം സർ'

അത് പ്രതീക്ഷിച്ചില്ല.

അമ്പതു ശതമാനം ശത്രുത അതിൽ അവസാനിച്ചു.

'എന്ത് ചെയ്യാൻ സർ, ട്രാഫിക് പണി പ്രാന്തായി പോവും. പൊടിയും പൊകേം ഒച്ചയും ഒക്കെ കൂടി തലപൊളിഞ്ഞു പോകും. നമ്മളെ ബുദ്ധിമുട്ട് ആരോട് പറയാൻ. വലിയ പുള്ളികളോടോ നേതാക്കന്മാരോടോ വല്ലോം പറഞ്ഞാ പണി വേറേ കിട്ടും. അറാംപറപ്പുകള് ചെക്കന്മാര് ഉണ്ടാക്കുന്ന തൊന്തരവ് വേറേ. ഇനി ടൗണിൽ എത്തി ലാസ്റ്റു ബസ് കിട്ടിയാൽ ആയി. മീനോ പച്ചക്കറിയോ എന്തേലും വാങ്ങണം. ബസ്സ്

പോയാ ഓട്ടോ വിളിക്കണം. എൺപതു ഉറുപ്പ്യാവും. ട്രാഫിക്കിൽ ശമ്പളമല്ലാതെ നയാ പൈശ കിട്ടില്ല. സ്റ്റേഷനിൽ ആണെങ്കിൽ ചായ പൈശയൊക്കെ കിട്ടും.'

'എന്താ നിങ്ങളെ പേര്.'

'കൃഷ്ണൻ കുട്ടി.'

അയാൾ പൊടിക്കുപ്പി എടുത്തു, മൂടി തുറന്നു.

'അത് വേണോ?'

'സോറി സർ.'

ഇയ്യാളാണോ ആ രാക്ഷസൻ.

'വീട്ടിലാരൊക്കെ ഉണ്ട്?'

'ഞാനും ഭാര്യേം മൂന്നു മക്കളും. ഓക്ക് സുഖല്ല. വാതത്തിന്റെ തകരാറ്. മൂത്തോളു ഡിഗ്രി രണ്ടാം കൊല്ലം. രണ്ടാമത്തോളു ടി ടി സി ഒന്നാം കൊല്ലം. എളെ മോക്കു പന്ത്രണ്ടു വയസ്സുണ്ട്. ജൻമനാ തകരാറാ. കെടപ്പിലെന്നെ. എല്ലാം തിരിയും, ചിരിക്കും. ആവശ്യല്ലാം പറഞ്ഞോളും. ഓളെ കാര്യം ആലോചിക്കുമ്പാ സാറേ.'

പിന്നെ കുറേ നേരം ഒന്നും മിണ്ടിയില്ല.

'സാറ് എവിടേയ്ച്ചാൽ തിരിഞ്ഞോളി. എനിക്ക് ബസ്സ് കിട്ടും.'

'സാരല്ല, ഇന്ന് ഞാൻ വീട്ടിൽ വിടാം.'

'അയ്യോ ആന്നും വേണ്ട സർ, ഇതെന്നെ വെല്ല്യ കാര്യം.'

തന്റെ വീട് കഴിഞ്ഞു. സാരമില്ല. രാക്ഷസനെ വീട്ടിൽ വിടണം. ബസ് സ്റ്റാൻഡിനു മുന്നിൽ എത്തി.

അയാൾ പറഞ്ഞു.

'ഞാൻ ഈട എറങ്ങിക്കോളാം. ആ മെഡിക്കൽ ഷോപ്പിൽ നിന്ന് മരുന്ന് വാങ്ങണം.'

അയാൾ ഇറങ്ങി ഡോർ വീണ്ടും വലിച്ചടച്ച് നെഞ്ചിൽ കൈവച്ചറ നന്ദിയുടെ ആംഗ്യം കാട്ടി.

തോള് ചരിച്ച് നടക്കുന്ന രാക്ഷസനും ആഭാസനുമായ പോലീസിനോട് കൈ വീശി മടങ്ങി.

ഒരു നല്ല കാപ്പി പോലെ...

ഒരു നല്ല കാപ്പി കിട്ടും പോലെ എളുപ്പമല്ല ഒരു നല്ല വരനെ കിട്ടാൻ എന്ന ഏതോ ഒരു വിവാഹ ബ്യൂറോവിന്റെ പരസ്യം കണ്ടിട്ടുണ്ടാവുമല്ലോ? വൈവാഹിക ബന്ധങ്ങളെ ഇത്രയേറെ ലളിതവൽക്കരിക്കുകയോ നിസ്സാരവൽക്കരിക്കുകയോ ചെയ്യുന്ന ആശയം എന്നാണ് എനിക്ക് തോന്നിയിട്ടുള്ളത്. ഇതു വൈവാഹിക ബ്യൂറോ പരസ്യമാണ്. പക്ഷേ വിവാഹത്തെയും പ്രണയത്തെയും ഒക്കെ ഇത്രമേൽ നിസ്സാരമായി കാണുന്ന ഒരു സമൂഹമായിട്ടുണ്ടോ നമ്മളുടേത്.

അവനവന്റെ മക്കൾ, അവനവൻ എന്ന തോന്നലിന്റെ മാത്രം ബോധത്തിൽ നഷ്ടപ്പെടുന്ന സാമൂഹ്യ ബന്ധങ്ങൾ ഒക്കെ പുനഃപരിശോധിക്കപ്പെടണം. മൊബൈൽ ഇന്റർനെറ്റ് ബന്ധങ്ങൾ നൽകുന്ന സ്വകാര്യത, വൈപുല്യം എന്നിവകളിലൂടെ വളരുന്ന ബന്ധങ്ങൾ എത്ര മാത്രം അയഥാർഥവുംകൂടി ആണെന്നു ബോധ്യപ്പെടുന്നത് ദുരന്തങ്ങൾക്ക് ശേഷമാണ്.

എത്രയെത്ര കൊലകളും ആത്മഹത്യകളും സർവ്വവും മറന്ന ഒളിച്ചോട്ടവും. കത്തിയും പെട്രോളും ഒക്കെ കടന്ന് തോക്കിൽ എത്തിനിൽക്കുന്നു ഈ ദുരന്തം. പ്രണയത്തിന്റെ മഹത്വത്തെ പാടി പുകഴ്ത്തുമ്പോഴും അതുമൊരു നിസ്സാര സംഗതി അല്ലെങ്കിൽ അങ്ങനെയൊക്കെ ആവണം എന്ന മട്ടിൽ ആയി പോകുന്നുണ്ടാവണം. ആൺപെൺ ബന്ധങ്ങളിലെ തുറന്ന ഇടപെടൽ നല്ല സാമൂഹിക മാറ്റമായി വേണം കാണാൻ. പക്ഷേ, തിരിച്ചറിവ് എന്ന സംഗതി മറ്റേതിലും എന്ന പോലെ ഇവിടെയും പ്രസക്തമാണ്. മയക്കുമരുന്നുകൾ മുതൽ അധോലോക പ്രവർത്തികൾ വരെ കൊണ്ടാടുന്ന യുവത്വം ഏറെ ഉണ്ടെന്ന് തർക്കമില്ല.

ഒരിക്കൽ മകളെ സ്റ്റേറ്റിന് വെളിയിൽ പഠിക്കാൻ വിട്ട ഒരു നിസ്സാര വരുമാനക്കാരൻ തന്റെ മകളെ ശല്യം ചെയ്യുന്ന പയ്യനെതിരെ പോലീസിൽ പരാതി കൊടുത്ത സംഭവം ഒരു പോലീസ് സബ് ഇൻസ്പെക്ടർ പറഞ്ഞു. പയ്യനെ വരുത്തി മൊബൈൽ പരിശോധിച്ചപ്പോൾ അന്തം വിടുന്ന ബന്ധങ്ങളുടെ വീഡിയോ ദൃശ്യങ്ങൾ കണ്ട് കണ്ണ് പൊത്തിയ പിതാവിന്റെ നിസ്സഹായത ഓർത്തു നോക്കൂ.

പഠിപ്പും കൂട്ടസൗഹൃദവും ഒക്കെ അംഗീകരിച്ചു. തിരിച്ചറിവില്ലാത്ത ബന്ധങ്ങൾ എവിടെ അവസാനിക്കും. പലപ്പോഴും നിഷ്കളങ്കരായ കുട്ടികളും അക്രമിക്കപ്പെടുന്നു. കുറ്റവാളികളോ മനോരോഗികളോ മയക്കുമരുന്നിന്റെ ലോകത്ത് വിഹരിക്കുന്നവരോ ഒക്കെ എവിടെയും ഇരയെ കാത്തു നിൽക്കുന്നുണ്ടാവാം.

മക്കളെ,

നമ്മൾ ബന്ധങ്ങളെ/സൗഹൃദങ്ങളെ ഒരു നല്ല കാപ്പി പോലെ കണക്കാക്കരുത്. വിവാഹം ജീവിതത്തിൽ നിർബന്ധമല്ല, പക്ഷേ വിവാഹം വേണമെന്ന് വക്കുമ്പോൾ അതിൽ ഒരു വിശ്വാസവും ബഹുമാനവും പുലർത്തണം. സ്വകാര്യതകൾ നൽകുന്ന മാധ്യമങ്ങളെ കരുതേണ്ടതുണ്ട്. ഒപ്പം കുടുംബത്തോട് പങ്കുവക്കുന്ന തുറന്ന മനസ്സും വേണം. എത്ര കരുതിയാലും അപകടങ്ങൾ വന്നുകൂടെ എന്ന് ചോദിച്ചാൽ അതിനെ അപകടം എന്ന് വിളിക്കുന്നത് തന്നെ ആകസ്മികമായി സംഭവിക്കുന്നത് കൊണ്ടാണല്ലോ. കരുതലുകൾ അപകടങ്ങളെ ഗണ്യമായും കുറക്കും.

പിങ്കി യാത്രയായി

പതിമൂന്നിലേറെ വർഷം ഞങ്ങളുടെ കുടുംബാംഗമായ പ്രിയപ്പെട്ട പിങ്കി മിനിഞ്ഞാന്ന് വിട പറഞ്ഞു. സീമകളോ ഉപാധികളോ ഇല്ലാത്ത ജൈവപരമായ സ്നേഹം തന്ന സാധു ജീവി. കാഴ്ചയിലെ വന്യത കൊണ്ടും ചടുലമായ രീതികൾ കൊണ്ടും അപരിചിതർക്ക് ഭയം തോന്നുമായിരുന്ന അവൾ നിരുപാധിക സ്നേഹത്തിന്റെ പ്രതീകമായി രുന്നു. ദീർഘകാലം മുമ്പ് കുഞ്ഞായതു മുതൽ വന്നുചേർന്ന് വെറും ഒരു നായക്കുട്ടിയിൽ നിന്ന് കുസൃതി കൊണ്ടും അനുസരണയോടെയുള്ള സ്നേഹത്തിന്റെ തീവ്രതകൊണ്ടും അവൾ ഞങ്ങളിൽ ഒരാളായി.

ഞങ്ങളോടൊപ്പം യാത്രചെയ്തു. വാഹനമനങ്ങിയാൽ കൂടെ പോരാൻ ബഹളമുണ്ടാക്കിയും കൂട്ടാതെ പോയാൽ പിണങ്ങിയും ഒക്കെ അവൾ ഞങ്ങൾക്ക് പ്രിയപെട്ടവളായി.

പിങ്കിയുടെ ആവശ്യങ്ങളും അവളുടെ കാര്യങ്ങളും അജണ്ടയിലെ പ്രധാന ഐറ്റമായി.

എത്രയോ ദൂരെ നിന്നുപോലും സ്വന്തം വാഹനം വരുമ്പോൾ തിരി ച്ചറിയും. പേര് വിളിച്ചൊരു തലോടലിനായി വെപ്രാളപ്പെടും. എത്രയെ ത്രയോ അനുഭവങ്ങൾ. കൊട്ടും സ്നേഹത്തിന്റെ വന്യമായ പ്രകടനങ്ങൾ. നമുക്ക് വേണ്ടിയുള്ള കരുതലുകൾ. പല രോഗാവസ്ഥയും തരണം ചെയ്ത പിങ്കി പ്രായത്തിന്റെ പരാധീനഭാവത്തിൽ കണ്ടു തുടങ്ങിയിട്ട് അധിക മായില്ല.

ദിവസേന എന്നപോലെ ഭക്ഷണം കുറഞ്ഞും ഉപേക്ഷിച്ചും പിങ്കി തളർന്നു തുടങ്ങിയപ്പോൾ മറ്റു ചില രോഗലക്ഷണങ്ങളും കണ്ടുതുടങ്ങി.

ചികിത്സകൾക്ക് പ്രതികരണമില്ലാത്ത വിധം മോശമായി ക്കൊണ്ടിരുന്നു. ഒടുക്കം ദൈന്യതയാർന്ന നോട്ടത്തിലൂടെ എല്ലാ സ്നേഹവും പങ്കിട്ടു. ആരെയും ശല്യം ചെയ്യില്ല എന്ന മട്ടിൽ സ്വയം കൂട്ടിൽ കയറിക്കിടന്ന് അന്ത്യശ്വാസം വലിച്ചു. ഒരുവേള ആ ശാന്തമായ കിടപ്പ് വെറും ഉറക്കം മാത്രമെന്നമട്ടിൽ.

ആഴമുള്ള കുഴിയിലേക്ക് അവളെ ഇറക്കിയപ്പോൾ മണ്ണിൽ നിന്ന് ഉയിർത്തു വന്ന സ്നേഹത്തിന്റെ പ്രതിരൂപങ്ങളെ തിരിച്ചു വിളിച്ച പോലെ. ആയിരം സ്നേഹജ്വാലകളായി ഞങ്ങളുടെ ഉള്ളിൽ എരിയുന്ന പിങ്കി മണ്ണിൽ നിന്ന് സ്നേഹത്തിന്റെ വിത്തുകൾ പോലെ മുളച്ച് സ്നേഹ ചൈതന്യം പരത്താതിരിക്കില്ല. കണ്ണീരിന്റെ വില ഓരോ സമയത്തും ഓരോന്നാണ്.

വേദനകളുടെ ഓർമ്മകൾ

ഓരോ പുലരിയും ഓരോന്ന് പറയും. പുലരിയെന്നല്ല ഓരോ നിമിഷവും. ചിലപ്പോൾ ഓർമ്മകൾ കുളിർകാറ്റിനൊപ്പം നമ്മെ തഴുകും. ഓർമ്മകൾക്കെപ്പോഴും വേദനയുടെ സ്വാദുണ്ടാവും. ഓർത്തു നോക്കൂ, പൊട്ടിച്ചിരിച്ച എത്രയോ മുഹൂർത്തങ്ങൾ ഉണ്ടായിട്ടുണ്ടാവാം. ജയിച്ച മത്സരങ്ങളും നേടിയെടുത്ത ദ്രവ്യങ്ങളും ഉണ്ടാകാം. പക്ഷേ ഓർമ്മകളുടെ ആഴങ്ങളിലും ഇരിപ്പിടങ്ങളിലും വേദനയുടെ ലഹരി കലർന്ന ഓർമ്മകളാണ് അടിഞ്ഞുകൂടുക. അത് പ്രണയത്തിന്റെയോ നഷ്ടങ്ങളുടെയോ അതീവ സ്വകാര്യമായ സങ്കടങ്ങളുടേതോ ആവാം. ഇതിനൊക്കെ മനഃശ്ശാസ്ത്ര തത്വങ്ങളോ വ്യക്തിപരമായ കാരണങ്ങളോ കണ്ടെത്താൻ ഉണ്ടാവും.

നുരഞ്ഞുപൊങ്ങിയ ആഹ്ലാദങ്ങളേക്കാളും ആരവങ്ങളേക്കാളും പങ്കുവെക്കപ്പെട്ട വേദനകലർന്ന അനുഭവങ്ങളുടെ ഓർമ്മകളെയാണ് ഓമനിക്കാൻ എനിക്കിഷ്ടം. അതിജീവനത്തിന്റെയും മത്സരങ്ങളുടെയും ലോകത്ത് വാരിപ്പിടിച്ച വേണ്ടതും അധികവുമായ നേട്ടങ്ങളിൽ എന്തെങ്കിലും മടുപ്പ് തോന്നുന്നില്ലെങ്കിൽ നമ്മൾക്കൊന്നും ആസ്വദിക്കാൻ കഴിഞ്ഞേക്കില്ല. വേദനയുടെ മേമ്പൊടിയില്ലാത്ത ആനന്ദമുഹൂർത്തങ്ങൾക്ക് പോലും മനസ്സിൽ നിലനിൽക്കാൻ കഴിയില്ല. വേദന എന്നത് താദാത്മ്യപ്പെടലോ സഹാനുഭൂതിയോ കൊടുംനിരാശയോ ഒക്കെ ആവാം. ജയിച്ച മത്സരങ്ങളെക്കാൾ തോറ്റവ ആയിരിക്കാം മനസ്സിനെ മഥിച്ചതും ചിന്തിപ്പിച്ചതും വഴിമാറി ചവിട്ടിച്ചതും. സുഖദമായ ഓർമ്മകളിൽ ഒക്കെയും വേദനയുടെ കസവുനൂലുകൾ കൂടി നെയ്തു ചേർത്തിട്ടുണ്ട് എന്ന് ഓർമ്മിപ്പിച്ചു എന്നെ ഉള്ളൂ.

ബൈഡനും ഉള്ളിയും

വൈകുന്നേരം പുത്തൻ മാസ്കുമായി കുറച്ച് ഉള്ളിയും കറിവേപ്പിലയും വാങ്ങാൻ നടന്നുപോവുന്ന എന്നെ കണ്ട് മറ്റൊരു ബഹുവർണ്ണ മാസ്ക്വാദി ബൈക്ക് നിർത്തി.

'അറിഞ്ഞില്ലേ ട്രംപ് തോറ്റു, ബൈഡൻ ജയിച്ചു.'

'ഞാൻ ഉള്ളി വാങ്ങാൻ പോവുകയാ, വലിയ വിലയാ.'

'ഓ, രക്ഷപെട്ടു. പേടിച്ചുപോയി. ട്രംപ് വീണ്ടും വന്നാൽ...

അയാൾ പോയി.

'ഉള്ളിക്കെന്താ വില?'

'ട്രംപ് തോറ്റില്ലേ സർ. ഇനി എല്ലാം കുറയും.'

(എന്റെ നിത്യ ജീവിതത്തിൽ ഉള്ളിയേക്കാൾ ട്രംപ് ഉണ്ട് എന്ന് എനിക്കറിയില്ലായിരുന്നു)

'എന്നാ ഇന്ന് അര കിലോ മതി. ബൈഡൻ വന്നിട്ട് മതി ബാക്കി.'

ബൈഡേട്ടനും കമലേച്ചിയും നീണാൾ വാഴട്ടെ.

എല്ലാം നമുക്കുള്ളതല്ല, അവർക്കും

കാടിനോടും കാട്ടുജീവികളോടും കാരുണ്യമുണ്ടെങ്കിൽ അവരുടെ ആവാസങ്ങൾ അവർക്കു വിട്ടു കൊടുക്കണം. എല്ലായിടവും നമ്മളുടേത്, കാടും കടലും കുന്നും പുഴയും എന്റേത് എന്ന നിഷ്ഠൂരതയിൽ തുടങ്ങുന്നു എല്ലാ അനർത്ഥവും. നൂറ്റാണ്ടുകളിലൂടെ സ്ഥിരപ്പെട്ട പ്രകൃതിയെ മണിക്കൂറുകൾ കൊണ്ട് തരിപ്പണമാക്കാൻ കഴിയും. ഒന്നോ രണ്ടോ പണിക്കാർ കട്ടിങ് മെഷീനും രണ്ടു കയറുമായി ഒരു ബൈക്കിൽ ചെന്നിറങ്ങിയാൽ 'ഹ്ര്' എന്ന കർണ്ണകഠോരശബ്ദം കേൾക്കാം. പഠ പഠ്ടെ എന്ന് മരങ്ങൾ വീഴുന്ന ഒച്ചയും. രണ്ടു നാൾ കഴിഞ്ഞു വരുന്ന ലോറിയും ജെസിബിയും കുറച്ചു തിമ്മന്മാരും എല്ലാം നിരത്തും. കാട്ടിൽ എന്തിനാണ് ഇത്രയേറെ റിസോർട്ടുകൾ. പുലിയെ കാണാൻ കാട്ടിൽ കുടുംബസമേതം താമസിക്കണോ?

ഒക്കെ കച്ചവടം തന്നെ. ടൂർ പോവുക എന്ന ഒരു ആചാരം കോവിഡ് വരും മുമ്പ് ഉണ്ടായിരുന്നു. നാലാൾ കൂടുന്ന ഏത് കൂട്ടായ്മയും (റെസിഡന്റ്സ് അസ്സോസിയേഷനുകളോ, കുടുംബ സംഘങ്ങളോ യോഗാ ക്ലാസ്സുകാരോ ഓഫീസ് കൂട്ടായ്മയോ ആയങ്കി സംഘങ്ങളോ ഒക്കെ) ഇതു സംഘടിപ്പിക്കും. എല്ലാവരും ഒരേ മട്ടിൽ ഒരേ ഇടങ്ങളിൽ. ലോലമായ കാടിന്റെ നിറുകയിലും ഇരുന്ന് കള്ള് കുടിച്ചു കുപ്പി എറിയണം. കൂക്കി വിളിക്കണം.

കാട്ടിൽ സ്റ്റാർ ഹോട്ടൽ കെട്ടുന്ന യുക്തി എന്താണ്? അതൊരു വശം. ജീവിക്കാൻ വേണ്ടി ലോൺ എടുത്തോ അല്ലാതെയോ വാഴയും തെങ്ങും കൈതച്ചക്കയും ഒക്കെ നട്ടുവളർത്തി കാത്തിരിക്കുന്ന പാവം കൃഷിക്കാരന്റെ ലോകം ഒറ്റ രാത്രി കൊണ്ട് പിച്ചിച്ചീന്തി ഇല്ലാതാകുമ്പോൾ

ആനയോട് അവനു പ്രണയം തോന്നുമോ? കുത്തിമറിച്ച പന്നിയോട് കാരുണ്യം തോന്നുമോ? കരിക്കു മുതൽ മച്ചിങ്ങാ വരെ പറിച്ചെറിഞ്ഞ കുരങ്ങന്റെ ചേഷ്ടകൾ കണ്ടു ചിരിക്കാൻ പറ്റുമോ? ഇതിനൊന്നും നൂറു ശതമാനം പരിഹാരമില്ലായിരിക്കാം. എന്നാൽ കുറേ ഉണ്ട്. അതാണ് 'മര്യാദ' എന്ന സംസ്കാരം.

മനുഷ്യന് മനുഷ്യനോട് മാത്രമല്ല, പ്രകൃതിയോടും.

നാഴികക്ക് നാൽപ്പതുവട്ടം പറയുന്ന 'ജാഗ്രത' ഒരിടത്തും പാലിക്കപ്പെടുന്നില്ല. സർക്കാർ ഉത്തരവല്ല ദുർവ്യാഖ്യാനവും ദുരുപയോഗവുമാണത്രെ കുഴപ്പം. എല്ലാം കഴിഞ്ഞു പറയും ജാഗ്രതക്കുറവ്. അതിനെന്താണ് ശിക്ഷ? അതാരാണ് ചെയ്യുന്നത്? എന്നൊന്നും ഇല്ല. കൂട്ടയടിയിൽ കേസ് എടുക്കും പോലെ. കണ്ടാലറിയാവുന്ന 300പേർക്ക് എതിരേ. ആർക്കു കണ്ടാൽ അറിയാവുന്ന?! എന്നിട്ടു കാണിച്ചു നോക്കാറുണ്ടോ? ഒരൊറ്റ പരിഹാരമേ ഉള്ളൂ. നമ്മുടെ സാമൂഹിക ബോധത്തിൽ കാടെന്നും നാടെന്നുമുള്ള കൃത്യത രൂപപ്പെടുത്തുക. കാടിനെ കാടായും നാട്ടിൽ ഇറങ്ങുന്ന ശല്യക്കാരെ അവിടെ പരിമിതപ്പെടുത്തുകയും. കൂടുതൽ വിവേകവും ശേഷിയും ഉള്ള മനുഷ്യൻ അവർക്കു വേണ്ടത് കാട്ടിൽ ഒരുക്കുക. കാട്ടുകള്ളന്മാരെ കാട്ടിക്കൊടുക്കുക. അവരെ ഭരിക്കാൻ അനുവദിക്കാതിരിക്കുക. ശല്യക്കാരായ കാട്ടുപന്നികളെ വേട്ട ചെയ്തോളാൻ കോടതി പറഞ്ഞു എന്ന് വായിച്ചപ്പോൾ തോന്നിയതാണ്. കോടതി പറഞ്ഞാൽ എന്തും അനുസരിക്കുന്നവരാണല്ലോ നമ്മൾ.

ജാഗ്രത എന്ന് ഒരുപാട് പറയണ്ട. നിങ്ങൾ (ഭരണാധിപന്മാർ) കാണിച്ചാൽ മതി. ഞങ്ങൾ കൂടെ നിൽക്കും.

ഏല്കേട്

ഏല്കേട് എന്ന് കണ്ണൂർക്കാർക്ക് പ്രിയപ്പെട്ട ഒരു വാക്കുണ്ട്. പല സന്ദർഭങ്ങളിലും അത് ഫിറ്റാക്കാം.

'നീ വരുന്നോ'

'ഇല്ലപ്പ, എന്തെല്ലോ ഏല്കേടുണ്ട് - Inconvenience'

'ഓൻ ആകെ എല്കേടാക്കി -Disturbance'

'ഓൻ ഒറ്റ ഒരുത്തനാ ഏല്കേടാക്കിനി Destructed'

'ഓനെ കണ്ടാലേ അറിയ എല്ലുകെട്ടോനാണെന്നു unworthy Unlucky.'

അങ്ങനെ ഒരു പാട് സാധ്യത ഉള്ള ഒരു വാക്കാണിത്. അത് അവിടെ നിക്കട്ടെ. എന്റെ കൂടെ പ്രീ ഡിഗ്രിക്ക് പഠിച്ച മുസ്തഫ എന്ന ഒരു സുഹൃത്തുണ്ടായിരുന്നു. മൂപ്പരോട് ഏല്കേടായ ഏതു കാര്യം പറഞ്ഞാലും ചോദിക്കും, 'നീ അതിൽ വിശ്വസിക്കുന്നുണ്ടോ?'

'കെമിസ്ട്രി പരീക്ഷ ബുദ്ധിമുട്ടായിരുന്നു-'

'നീ കെമിസ്ട്രിയിൽ വിശ്വസിക്കുന്നുണ്ടോ?'

'എടാ മുസ്തഫാ പ്രാക്ടിക്കൽസ് കൊളമായി'

'നീ ഈ പ്രാക്ടിക്കൽസിൽ വിശ്വസിക്കുന്നുടോ?'

ഇങ്ങനെയാണ് ഇപ്പോൾ പലരും ചോദിക്കുന്നത്. ഏല്കേട് ഉള്ള/ ഉണ്ടാക്കുന്ന ഒന്നിലും വിശ്വാസമില്ല!

കട്ടക്കോയി

ഇടങ്ങി ഓരോ കാലഹരണപ്പെട്ട കഥകൾ എന്ന് പറയുന്നവരോട് ചെറിയ ക്ഷമാപണം. എന്ത് പറഞ്ഞാലും നടിച്ചാലും പാടവരമ്പിലും തോട്ടിൻ കരയിലും പുഴ വക്കത്തും എത്തുന്ന എന്റെ ഓർമ്മകൾ കെട്ടുപൊട്ടിച്ച് മേയുകയാണ്. പിടിച്ചുകെട്ടി തല്ലരുത്.

യൂട്യൂബിൽ കൃഷി പഠിക്കുന്നവർക്ക് കട്ടക്കോയി തമാശ ആവാം. മരം കൊണ്ടുള്ള നീണ്ട വാലുള്ള ഒരു ചുറ്റികയാണ് ഇത്. ഒറ്റ വിള പാടങ്ങൾ കൊയ്ത്തു കഴിഞ്ഞ് പൂട്ടിയിട്ടാൽ വൻ മൺകട്ടകൾ പൂട്ടുചാലിന്റെ കരയിൽ മോക്ഷം കാത്തു കിടക്കും. ഈ അഹല്യമാരെ പൊടിച്ച് മണ്ണാക്കാൻ എത്തുന്ന ഗ്രാമീണ അപ്സരസ്സുകളുടെ ദിവ്യായുധമാണ് കട്ടക്കോയി. കട്ടയെ തലങ്ങും വിലങ്ങും ഇവർ അടിച്ചു പൊട്ടിക്കും. അത് അതീവ ശ്രദ്ധയോടെയും കലാപരമായ രീതിയിലും ആണ്.

തലയ്ക്ക് ചുറ്റി ഊർജ്ജം ശേഖരിച്ച് അനായാസം മൺകട്ടകൾ പൊടിയാക്കി മുന്നേറുന്ന പെണ്ണുങ്ങൾ ചമയ്ക്കുന്ന കോറിയോഗ്രാഫി അതീവ ഹൃദ്യമാണ്.

ഇങ്ങനെ പൊട്ടിച്ച പാടത്താണ് ഉഴുന്ന്, മുതിര, ചെറുപയർ ഒക്കെ വിതയ്ക്കുക(കണ്ണൂർ ഭാഷയിൽ വാളുക) നട്ടി (പച്ച കൃഷി) വെള്ളരി ഇതിനൊക്കെ നിലമൊരുക്കാൻ കട്ടക്കോയി പ്രയോഗം വേണം. ഈ സീസൺ കഴിഞ്ഞാൽ കഴുകി പടിഞ്ഞാപ്രം (പടിഞ്ഞാറു ഭാഗം) വളയിൽ തൂക്കും.

പെണ്ണുങ്ങൾ ഒക്കെ കൃഷി ഭൂമിയിൽ നിന്ന് പിൻ വാങ്ങിയോ എന്തോ? കുടുംബശ്രീ കൂട്ടായ്മകൾ ഒക്കെ ഉണ്ടല്ലോ.

എന്റെ ഒരു കുഴപ്പം ഞാൻ ഈ പ്രകൃതിയുടെ ഒരു വിത്താണ്. ഓരോ കാലത്തും ഏതൊക്കെ ചെടികൾ മുളക്കും ഏതൊക്കെ ഉണങ്ങും ഏതൊക്കെ പൈക്കൾ തിന്നും എന്നൊക്കെ ഇന്നും പറയാൻ പറ്റും. രാമായണം കേട്ട ഓർമ്മയിൽ ഉഴവുചാലിൽ സീതക്കുട്ടി ഉണ്ടോ എന്ന് നോക്കിയിട്ടുണ്ട്. പിളർന്ന ഭൂമിയിലേക്ക് പോയ സീതയുടെ ദുരന്ത ജീവിതം മണ്ണിൽ വായിച്ചിട്ടുണ്ട്. മണ്ണും മരങ്ങളും മഴയും കന്നും കറ്റയും എന്റെ പശ്ചാത്തലമാണ്. മൂട്ട വിളക്കിന്റെ കരിപിടിച്ച ചില്ലു തന്ന ഇത്തിരി വെട്ടവും റേഷൻ അരിയും മണ്ണെണ്ണയും മണക്കുന്ന പച്ച റേഷൻ കാർഡും നമുക്ക് തന്ന ആത്മവിശ്വാസം ചെറുതല്ല. ഞങ്ങളുടെ അമൂല്യ ശേഖരങ്ങളിൽ റേഷൻ അരി വാങ്ങിയ ബില്ലും സിനിമ നോട്ടീസും ബസ് ടിക്കറ്റും പുഴയോരത്തെ ഉരുണ്ടകല്ലുകളും ഒക്കെ മാത്രം.

റേഷൻ ബില്ലിലെ അച്ചടി പാടി നടക്കും.

'പി ഉസ്സൻ കോട്ടൂര്

വിലവിവരം തോത് വില.'

ഒരിക്കൽ ആണിമൂട്ടിൽ ചാക്കോ എന്ന ഒരാളെ തിരണ്ടി കുത്തി എന്ന് കേട്ടു. അന്നും പാടി നടന്നു.

'ആണിമൂട്ടിൽ ചാക്കോ

തെരണ്ടി കുത്തി ചാക്കോ.'

ചെണ്ടകൊട്ടി വഴിനീളെ വിതറുന്ന സിനിമാ നോട്ടീസിനായി മത്സ രിച്ചോടിയ കാലം എത്ര കൗതുകകരം എന്നോർക്കുന്നു. കഥാസാരം വായിച്ച അവസാനം സംഭ്രമജനകമായ ശേഷംഭാഗം വെള്ളിത്തിരയിൽ എന്നവാസനിക്കുംവരെ ശ്വാസം വിടില്ല. വെള്ളിത്തിരയിൽ ശേഷംഭാഗം അപൂർവ്വമായേ കണ്ടിട്ടുള്ളൂ. കുട്ടികൾക്ക് കാണാവുന്നത്, സാരോപദേശ മുള്ളത്, അങ്ങനെയൊക്കെ ഉള്ളത് മാത്രം. അതിൽ എന്ത് സംഭ്രമം?

കട്ടകോയിൽ തുടങ്ങി കാട് കേറി. പൊടിമണ്ണും മുളച്ചയരുന്ന പച്ചപ്പും ചാടിയോടുന്ന മഴവെള്ളവും കുഞ്ഞൻ മാക്രികളും ചീവീടിന്റെ പാട്ടും അരണ്ട വെളിച്ചത്തിൽ എന്റെ സ്വപ്നങ്ങളുടെ റീവൈൻഡിൽ തെളിഞ്ഞു വരും. അതെന്റെ ഓർമ്മകളുടെ സ്വർഗ്ഗമാണ്.

ചായ സൽക്കാരം

സൽക്കാരത്തിന്റെ അവിഭാജ്യ ഘടകമാണ് ചായ. വേണമെന്നു തോന്നി കുടിക്കുന്ന ചായയും ഉപചാര ചായയും രണ്ടാണ്. കേരളത്തിലെ ചായ ചായയെ അല്ല എന്നൊക്കെ പറയുന്നവരുണ്ട്. അത് പിന്നെ പറയാം. ഹോട്ടലുകളിലെ ചായക്ക് ഒരു പൊതു സ്വഭാവമുണ്ട്. വീടുകളിൽ നിന്ന് ചായ എന്ന പേരിൽ എന്ത് തരുന്നോ അതാണ് ചായ. അതുകുടിച്ചില്ലെങ്കിൽ അലോഹ്യമാവുമോ എന്ന് കരുതി ഒരൊറ്റ കുടിയാണ്. ചിലപ്പോൾ കരച്ചിൽ വരും. വെറും ഊസൻ വെള്ളം മുതൽ കഷായച്ചായ വരെയുള്ള ശിക്ഷക്ക് വിധേയമാവാത്തവർ കുറവാണ്.

ഒരു കാലത്ത് ഇത്തിരി കൂടിയ വീട്ടുകാർ ചായക്ക് പകരം ഹോർലിക്സ് കൊടുത്ത് ആളാവുന്ന ഒരു ഏർപ്പാടുണ്ടായിരുന്നു. അത് പറഞ്ഞപ്പോൾ എന്റെ ഒരു സുഹൃത്തിന്റെ അനുഭവം പറയാം. വിവാഹം കഴിഞ്ഞ ഉടനെ സത്യപ്രതിജ്ഞ കഴിഞ്ഞ ഉടനെയുള്ള മന്ത്രിയെപ്പോലെ സ്വീകരണങ്ങൾ ഏറ്റുവാങ്ങി മുന്നേറുന്ന കാലം. ശരീരഭാരം കൂടി. ചിരിച്ചും ഉപചാരം പറഞ്ഞും ചുണ്ടുകൾ മരവിച്ചു. ഒരുപാട് സഹോദരങ്ങൾ വേറേ വേറേ താമസിക്കുന്ന ബന്ധു സമുച്ചയത്തിലാണ് അന്നത്തെ പരിപാടി. കൂടെ ഭാര്യയും അടുത്ത ചില ബന്ധുക്കളും. അതിൽ ഒരാൾ കേമനായ ഡോക്ടർ ആയിരുന്നു.

ഊണ് ഒരിടത്തും ബാക്കി വീടുകളിൽ സന്ദർശനവും ആണ് കാര്യപരിപാടി. ഒരു ചായ വേണം എന്ന് ഡോക്ടർക്കും നമ്മുടെ സത്യപ്രതിജ്ഞക്കാരനും മോഹമുണ്ട്. ആദ്യത്തെ വീട്ടിൽ തന്നെ ഒരുപാട് പലഹാരങ്ങളും പിന്നെ കട്ടിക്കൊഴുമ്പൻ ഹോർലിക്സും. അടുത്ത വീട്ടുകാർ വിടുമോ? അതിൽ ഒരു ഐറ്റം കൂടുതൽ. പക്ഷേ പാനീയം മുന്തിയ ഐറ്റം

തന്നെ. ഹോർലിക്സ്. ആറ് വീട് കഴിഞ്ഞ് ഏഴാമത്തെ വീട്ടിൽ ഊണിന് എത്തിയപ്പോൾ നായകനും ഡോക്ടറും ഹോർലിക്സ് നിറച്ച ഭരണി പോലെയായി.

എല്ലാം കഴിഞ്ഞു തിരിച്ചെത്തിയ ഡോക്ടറും പുയ്യാപ്ലയും ഓരോ കക്കൂസിൽ ഓടിക്കേറി.

പിന്നെ ഡോക്ടർ പറഞ്ഞു. ഇനി നിന്റെ കൂടെ ഞാൻ സൽക്കാരത്തിനില്ല. രണ്ടാളും സംയുക്ത പ്രസ്താവന ഇറക്കി, 'മേലിൽ ചായയെ കുടിക്കൂ. എത്ര മോശമായാലും.' അന്നത്തെ പരസ്യം 'അതേ ജാനകി അമ്മേ, ഞാനെന്റെ കുട്ടികൾക്ക് ഹോർലിക്സ് കൊടുക്കുന്നു' എന്ന് വായിച്ചാൽ തന്നെ ഛർദ്ദിക്കാൻ തോന്നും എന്നാണ് സുഹൃത്ത് പറഞ്ഞത്.

ആയതിനാൽ ചായ കുടിച്ചോളൂ.

തോൽവി

ഈ വാക്കിന്റെ അർത്ഥം എന്താണ്. വെറുതെ മനുഷ്യർക്ക് സങ്കടമുണ്ടാക്കാനും അനീതി നടത്താനും ഉള്ള സാങ്കേതിക പദമാണ് വിജയം. അതിനുവേണ്ടി സൃഷ്ടിച്ച വിപരീതപദമാണ് തോൽവി.

പത്താം ക്ലാസ്സിൽ തോറ്റു എന്ന് പറയുന്ന കുട്ടികൾക്ക് എന്തെങ്കിലും പ്രത്യേകത കാണും. ജയിപ്പിക്കാൻ ഇത്രയേറെ താങ്ങുകൊടുത്തിട്ടും ആ മരത്തിൽ കേറാത്തവർ മറ്റെന്തോ ആണ്. അവർ എന്തെങ്കിലും ആവാതിരിക്കില്ല. വിജയം പോലെ മനുഷ്യരെ വഴിപിഴപ്പിക്കുന്ന മറ്റെന്തുണ്ട്? അതുപോലെ കൊട്ടും ബാധ്യത മറ്റെന്തുണ്ട്? പരീക്ഷകളിൽ വിജയിക്കുകയും റാങ്ക് വാങ്ങുകയും ചെയ്യുന്നതിന് ഇപ്പോഴും പ്രസക്തി ഉണ്ടെന്നു വിചാരിക്കുന്നതാണ് അത്ഭുതം.

എൽ.കെ.ജി മുതൽ IAS വരെ ഒന്നാം റാങ്ക് എന്നൊക്കെ പറയുമ്പോൾ ആ ചങ്ങാതിയുടെ അവസ്ഥ ഒന്നു ആലോചിച്ചു നോക്കൂ. എത്ര എത്ര സുഖ ജീവിതമാണ് അയാൾക്ക് നഷ്ടമായിട്ടുണ്ടാവുക. അത് കൊണ്ടുനടന്നിട്ടും ഒരു കാര്യവും ഇല്ലല്ലോ. ചിലർക്ക് ചില വിഷയങ്ങളിൽ അതീവ താല്പര്യമുണ്ടാവാം. അവർ അറിയാതെ റാങ്കുകാരോ ഒക്കെ ആയി പോകാറുണ്ട്. അത് വേറേ.

പരീക്ഷക്കാര്യം പൊട്ടെ, കോടതികളിൽ പോലും വിജയിച്ചു എന്ന് പറയുന്നത് എന്തൊരു വങ്കത്തരമാണ്. അശ്ലീലം ആസ്വദിച്ച മന്ത്രി കോടതിയിൽ നിന്ന് അഗ്നിപരീക്ഷ ജയിച്ച് വീണ്ടും മന്ത്രി. കുട്ടികളുടെ മുമ്പിൽ വച്ച് വെട്ടിക്കൊന്ന അധ്യാപകന്റെ കൊലയാളികൾ കോടതിയിൽ ജയിച്ച് നാട് നീളെ സ്വീകരണം ഏറ്റുവാങ്ങുന്നു.

മരം കട്ടവനും സ്വർണ്ണം കടത്തിയവനും ബാങ്ക് കൊള്ളയടിച്ചവനും വെറും വിധി(കോടതി) കൊണ്ട് സർവ്വാത്മനാ യോഗ്യരാവുന്നു. യോഗ്യന്മാർ ആയ എത്രയോ പേർ തിരഞ്ഞെടുപ്പിൽ തോൽക്കുന്നു. ജയിച്ച യോഗ്യരെത്തന്നെ അത്രക്ക് ജയിക്കരുതായിരുന്നു എന്ന മട്ടിൽ മാറ്റി നിർത്തുന്നു. ഭാരതയുദ്ധത്തിന് ശേഷമുള്ള വിഷാദമൊന്നും ഇപ്പോൾ ഉണ്ടാവാനിടയില്ല. കാരണം തോന്ന്യാസത്തിനാണല്ലോ ജയിക്കുന്നത്. തോൽക്കുന്നവർ നേരത്തെ യാഥാർത്ഥ്യം മനസ്സിലാക്കും. ഓരോ പണി പഠിക്കും. പണി ചെയ്യും. അവരാണ് ശരിക്കും ലോകം നിലനിർത്തുന്നത്.

പഠിപ്പുകാർ എന്ന് കരുതുന്നവർ വൃഥാ തർക്കിച്ചും മേനി പറഞ്ഞും അസൂയപ്പെട്ടും മനഃശാന്തി ഇല്ലാതെ മതവങ്കത്തങ്ങളിലൊ ഒക്കെ ചെന്ന് അവസാനിക്കും.

ഒറ്റപ്പാലത്ത് ഒരു കാലത്ത് റിട്ടയർ ചെയ്ത ഉന്നതരുടെ ആവാസ മേഖല ആയിരുന്നു. അന്ന് അവിടെ ജോലി ചെയ്ത ഒരാൾ പറഞ്ഞതാണ്, ഇവരെ സഹിക്കുക എളുപ്പമല്ല എന്ന്. വിജയിച്ച എന്ന് പറയുന്ന രക്ഷിതാക്കൾ മക്കളെ അമേരിക്കയിൽ എത്തിക്കുന്നു. ഒരുപാട് സമ്പാദ്യം ബാങ്കുകൾക്ക് കൊടുത്ത് ചത്തുപോവുന്നു. ഒരുപാട് ഉദാഹരണം പറഞ്ഞ് കുറിപ്പ് വലുതാക്കിയിട്ട് എന്ത് കാര്യം.

തോൽക്കുന്നവരാണ് ഈ ലോകത്തെ നിലനിർത്തുന്നത്. ജയിക്കുന്നവരാണ് നശിപ്പിക്കുന്നത്.

പണ്ട് ബർട്രാൻഡ് റസ്സൽ എഴുതിയ ഒരു ലേഖനം വായിച്ച ഓർമ്മ: 'ഗാന്ധിജിയും ടോൾസ്റ്റോയും പറഞ്ഞിട്ടുണ്ട്, എല്ലാ ലൈംഗിക പ്രവർത്തികളും ഹീനമാണെന്ന്, പക്ഷേ അത് അവരുടെ വാർധക്യത്തിൽ ആണ്!' അതുപോലെ ഇതൊക്കെ തിരിച്ചറിയാൻ വളരെ വൈകി. തോൽക്കുന്നവരെ, നിങ്ങൾ ബഹുമാന്യരാണ്. അവർ ലോകം കളങ്കപ്പെടുത്തുകയില്ല.

ദിനാചരണങ്ങൾ

പണ്ടൊക്കെ കൂട്ടുകുടുംബങ്ങളിൽ ആഘോഷമില്ലാത്ത ദിവസങ്ങൾ ഇല്ല. പിറന്നാളുകൾ, ചോറൂണ്, ചാത്തം മുതൽ അവരവരുടേ തായ ആചരണങ്ങൾ തൊട്ട് ദൈവങ്ങൾക്കായി സമർപ്പിക്കപ്പെട്ടവയും അവരുടെയൊക്കെ പിറന്നാളും ഓണം, വിഷു, പൂരം പോലുള്ള പൊതു ഉത്സവങ്ങളും നാട്ടിലെ അമ്പല ഉത്സവങ്ങളും ഒക്കെ ആവുമ്പോൾ 365 1/4 ദിവസവും എന്തെങ്കിലും ഒന്നായി. കൂട്ടുകുടുംബം പിരിഞ്ഞപ്പോൾ കുറച്ചൊന്നു കുറഞ്ഞെങ്കിലും ചിലർക്കു അടുത്തകാലം വരെ കുടുംബയോ ഗങ്ങളും സോവനീറുകളും എം എൽ എയെ വിളിക്കലും കുടുംബക്കാർ എന്ന അഭിമാനബോധം സൃഷ്ടിക്കലും ഒക്കെ ഉണ്ടായിരുന്നു. ഒറ്റയടിക്ക് കൊതുകിനെ കൊല്ലുമ്പോലെ കൊറോണ ഇതൊക്കെ പൊളിച്ചടുക്കി.

ഇപ്പോ ലോകമാകമാനം ദിനങ്ങളാണ്. പ്രണയം, വൃദ്ധർ, സകലമാന സൂക്കേടുകൾ, ഐക്യം, യുദ്ധവിരുദ്ധം, പരിസ്ഥിതി എന്നു വേണ്ട ചില ദിവസങ്ങളിൽ രണ്ടോ മൂന്നോ ഐറ്റം ഉണ്ടാവും.

ഒരേ ഒരു ഗുണം ഇതിനൊക്കെ നെറ്റ് കണക്ഷനുള്ള ഒരു ഫോൺ മതി എന്നതാണ്.

കൂടെ കിടന്ന ഭാര്യ എണീറ്റു പോയ ഉടനെ, അവൾക്ക് നിന്നെ ഞാൻ പ്രേമിക്കുന്നു എന്ന അർത്ഥത്തിലുള്ള ഒരു ഫോർവേഡ് മെസ്സേജും, തരമായാൽ ഒരു ഫോട്ടോയും. അമ്മമാരുടെ ഗർഭപാത്രത്തിന്റെ സുഖമൊക്കെ പറഞ്ഞ് കുട്ടികൾ അമ്മയ്ക്ക്, കുട്ടികൾ മുത്തച്ഛനും മുത്ത ശ്ശിക്കും 'മുത്തച്ഛാ ഐ ലവ് യൂ' എന്ന ഒരു മെസ്സേജും മിഠായി പെട്ടിയുടെ ഫോട്ടോയും.

സകലമാന വളർത്തു ജീവികൾക്കും വന്യജീവികൾക്കും സമർപ്പിത ദിനങ്ങളുണ്ട്. കമിതാക്കളുടെ കാര്യം പറയാനില്ല. രാത്രി 11.59 വരെ ചാറ്റ് കഴിഞ്ഞു 12 അടിക്കുമ്പോൾ നിന്നെ ഞാൻ പ്രേമിക്കുന്നു മാൻകിടാവേ, കാരണം ഇന്ന് വാലെന്റൈൻസ് ഡേ ആണല്ലോ എന്ന മട്ടിൽ. ഒരു കാമുകി അയച്ച ഫോർവേഡ് മറ്റൊരുത്തിക്ക് പാസ് ചെയ്ത് കൊടുക്കുന്ന ഒരാളെ ഞാൻ കണ്ടിട്ടുണ്ട്.

മരംനട്ടാലും ജനിച്ചാലും മരിച്ചാലും ഒക്കെ ആചാരം വാട്സ്ആപ്പിലും ഗൂഗിളിലും ഫേസ് ബുക്കിലും കച്ചോടം നടക്കും. ഇടക്കാലത്ത് ക്ലാസ്മേറ്റ് രാഷ്ട്രീയം ശക്തമായിരുന്നു. പറഞ്ഞുവന്നത് ആചാരങ്ങൾ തീരുമാനിക്കുന്നതും അതിനുവേണ്ട റെഡിമെയ്ഡ് മെസ്സേജുകൾ എന്ന പൂജാ ദ്രവ്യങ്ങൾ തയ്യാറാക്കുന്നതും ഒക്കെ കച്ചോടക്കാർ തന്നെ. ഒരു ഗുണമുണ്ട് ഈ ദിവസങ്ങളിൽ എങ്കിലും ആ വിഷയം നമ്മൾ ഓർക്കും. പിന്നെ ചിലവൊന്നുമില്ലല്ലോ. സേവ് എന്ന ഹാഷ്ടാഗ് സമരത്തിൽ പങ്കെടുക്കാൻ പോലും കിടക്കയിൽ നിന്ന് എണീക്കണ്ടല്ലോ. ദിനാചരണങ്ങൾ നമുക്ക് പൊടിപൊടിക്കാം.

മാനാഞ്ചിറ പ്രദർശനം

മാനാഞ്ചിറ മൈതാനത്ത് ഗംഭീര പ്രദർശനം നടക്കുന്നു. തുണിത്തരങ്ങൾ, കളിക്കോപ്പുകൾ, ഭക്ഷണ വിസ്മയങ്ങൾ, ഐസുരുതിയും കരിമ്പിൻ ജ്യൂസും എല്ലാമുണ്ട്.

കുട്ടികളും അമ്മമാരും അച്ഛന്മാരും സ്കൂൾ,കോളേജ് കുട്ടികളും ഒക്കെ ഒഴുകി എത്തുകയാണ്. കവാടത്തിൽ ഉൽസാഹവതികളായ പെൺ കുട്ടികൾ ഓരോ പൂവും ഒരു ഗ്ലാസ് ജ്യൂസും തന്നു. വരുന്നവർക്ക് എല്ലാം ഉണ്ട്. ഓരോ തൊപ്പിയും.

പെട്ടെന്നാണ് മാസ്ക് ഇട്ടില്ലല്ലോ എന്ന ബോധം ഉണ്ടായത്. നോക്കുമ്പോൾ ആരും ഇട്ടിട്ടില്ല.

'അല്ല കുട്ടികളെ, മാസ്ക് വേണ്ടേ?'

അവർ പൊട്ടിച്ചിരിച്ചു.

'എന്തിന്? കൊറോണയെ നമ്മൾ കെട്ടുകെട്ടിച്ചില്ലേ? അതിന്റെ ആഘോഷമാണിത്. അങ്കിൾ ധൈര്യമായി ആ തൊപ്പി ഇട്ടു.'

അതിൽ എഴുതിയിരിക്കുന്നു, 'GOODBYE CORONA'. ഒരു റോസാ പ്പൂവിന്റെ ചിത്രവും.

സത്യമായും ഇന്ന് പുലർച്ചെ കണ്ട സ്വപ്നമാണ്. എങ്ങനെ പങ്കുവെ ക്കാതിരിക്കും?

പ്രോട്ടോക്കോൾ എന്ന തമാശ

എന്തിനും ഏതിനും പ്രോട്ടോക്കോൾ നിശ്ചയിച്ച സായിപ്പ് പോയപ്പോൾ ഇട്ട പ്രോട്ടോക്കോളിന്റെ ഗന്ധം നമുക്കിപ്പോഴും ബാധ്യതയാണ്. സായിപ്പ് പരിഷ്ക്കരിച്ച മി:പ്രസിഡന്റ് എന്നൊക്കെ വിളിച്ച് തുടങ്ങിയിട്ടും നമ്മുടെ അരോചകമായ സാർ വിളി തുടരുന്നു.

നിയമസഭയിലെ സാർ വിളി പോലെ ഒരു ബോർ ഏർപ്പാട് വേറേ ഇല്ല. ഓരോ വാചകത്തിന്റെയും തുടക്കത്തിലും ഒടുക്കത്തിലും ഓരോ സാർ നീട്ടിയും കുറുക്കിയും മോങ്ങുംപോലെയും കരയും പോലെയും ഒക്കെ ഉണ്ടാവും. ഓരോ പ്രാവശ്യവും മന്ത്രിയെ ബഹുമാനപ്പെട്ട എന്ന് ചേർത്തില്ലെങ്കിൽ ഉപ്പിടാത്ത പോലെയാണ്. യഥാർഥത്തിൽ ബഹു മാനമുണ്ടെങ്കിൽ ഇങ്ങനെ വിളിക്കണോ. അച്ഛനോടും അപ്പൂപ്പനോടും ബഹുമാനമുണ്ടല്ലോ? ബഹുമാനപ്പെട്ട അച്ഛാ, ബഹു: അപ്പൂപ്പാ എന്നൊക്കെ വിളിച്ചാൽ എന്താ സ്ഥിതി.

സാർ വിളിക്കു പല സ്വഭാവങ്ങളുണ്ട്.

തിരുവനന്തപുരത്തുകാർ സാർ എന്ന് വിളിച്ചാൽ പിന്നെ എന്തും പറയാമെന്നു തെളിയിച്ചവരാണ്.

കോട്ടയത്തുകാർ സാറെ എന്ന് വിളിപ്പിക്കും. 'മാണി സാർ എന്നാ വേണ്ടിയെ' എന്ന് അദ്ദേഹം തന്നെ ചോദിക്കും! മലബാറുകാർക്ക് സാർ എന്ന് വിളിക്കാൻ കുറച്ച് മടിയാണ്. പ്രായം നോക്കാതെ ഏട്ടനാക്കി ക്കളയും. ആരേയും ഇങ്ങള് എന്ന് വിളിക്കും. ഇതൊക്കെ ഉപകഥകൾ.

എല്ലാവരുടെ ഉള്ളിലും സാർ എന്ന് വിളിച്ച് കേൾക്കാൻ ഒരു മോഹമുണ്ടോ എന്തോ. ഏറെക്കാലം ഒന്നിച്ച് പഠിച്ചവരോ, റൂംമേറ്റ് ഒക്കെ ആയിരുന്നവരും ഒന്നിച്ച് സകല പോക്കിരിത്തരം കാട്ടിയവരും

ഒറ്റ പ്രൊമോഷൻ കിട്ടിയാൽ സാറേ എന്ന് വിളിച്ചില്ലെങ്കിൽ മുഷിയും. ഞാനാരാണെന്നു തനിക്കറിയില്ലെങ്കിൽ എന്ന മട്ടാവും. IAS കാരാണെങ്കിൽ എന്റമ്മോ അത് പറയാൻ പോയിട്ട് ഓർക്കാൻ പോലും വയ്യ. IAS കിട്ടുന്നവരാണ് ദ്വിജന്മാർ. അത് പൂർവ്വജന്മം വിട്ട ഒരു കായ പ്രവേശമാണ്. പേരിന്റെ പിറകെ IAS എന്നും പറയണം. അവസാന വർഷങ്ങളിൽ കൺഫേർ ചെയ്തു കിട്ടിയാലും ജന്മം മാറി. പഴയ തെലുഗു സിനിമയിലൊക്കെ കാണിക്കും പോലെ കെ. വിശ്വനാഥ് Bsc എന്ന മട്ടിലാണ് ഈ IAS.

ഡോ. വല്യത്താൻഎന്നതിനോടൊപ്പം പ്രസംഗിക്കുമ്പോഴും എഴുതുമ്പോഴും ഡിഗ്രിയും മറ്റും പറയുമോ? ചിലരെ കാണാൻ വീട്ടിൽ പോയാൽ വീട്ടുകാരത്തി തന്നെ പറയും, 'സാർ ഇവിടില്ല.' നിങ്ങളുടെ സാർ എന്നാണ് സൂചന. ഇനി മറ്റെന്തു വിളിക്കും എന്നതാണ്. യഥാർഥത്തിൽ പ്രായമുള്ളവരും സ്ഥാനമുള്ളവരെയും വിളിക്കാൻ മലയാളത്തിൽ ഒരു രീതി ഇല്ലല്ലോ. തമിഴ്നാട്ടിലും മറ്റു പലയിടത്തും അങ്ങോട്ടുമിങ്ങോട്ടും സർ എന്ന് വിളിക്കും. മലയാളി ഞാൻ സാറും നീ പീറയും എന്ന മട്ടിൽ കാണുന്നവരുമുണ്ട്.

നാട്ടിലെ ചില കാര്യങ്ങൾ പറഞ്ഞു എന്ന് മാത്രം. അലോഹ്യം ആവരുത്. ആരേയും സാർ എന്ന് വിളിക്കാൻ ഞാൻ തയ്യാറാണ്.

ആത്മീയവും കച്ചവടവും

ഭൂതകാലം അപ്രസക്തമാണെന്ന് പല സ്വാമിമാരും പറയും. പ്രത്യേകിച്ചും കച്ചവട കോർപ്പറേറ്റ് സ്വാമിമാർ. സ്വാമി എന്ന പേര് ഒരു മതത്തിലാണെങ്കിലും പേരിലും രൂപത്തിലും ഭാഷയിലുമൊക്കെ ചെറിയ വ്യത്യാസമുണ്ടെങ്കിലും എല്ലാത്തിലും പണിത്തരമൊക്കെ ഒന്നുതന്നെ. സർവ്വമത സൗഹൃദം പറഞ്ഞാൽ കേമമായി. കാപ്സ്യൂൾ ഉപദേശം, ജീവിത രീതികൾക്കുള്ള സിലബസ്,കുറേ കോഴ്സുകളുണ്ടാക്കി മാഷമ്മാരെ പോസ്റ്റ് ചെയ്യുക, ടൂറുകളും ക്യാമ്പുകളും സംഘടിപ്പിക്കുക, ചികിത്സ, മരുന്നു കച്ചവടം എന്നിവ സംഘടിപ്പിക്കുക എന്നതൊക്കെ പൊതു രീതികളാണ്.

കൊവിഡിൽ മറഞ്ഞു നിൽക്കുന്ന ഈ പ്രസ്ഥാനങ്ങൾ ഉടൻ പുറത്തു വരും. കോവിഡ് മരുന്നും കൊണ്ടുവന്നേക്കും. എല്ലാത്തിലും തോറ്റാൽ ഒരിക്കലും മറ്റ് ആത്മീയ കച്ചവട അനുയായി ആകരുത്. സ്വന്തമായി ഒന്ന് തുടങ്ങണം. കിട്ടുന്ന പണവും പ്രശസ്തിയും അവനവനു തന്നെ ഇരിക്കട്ടേ. വലിയ അഭ്യാസത്തിനു പോയാൽ ജനം കൈകാര്യം ചെയ്യും. അല്ലെങ്കിൽ അകത്താവും.

അതൊഴിവാക്കാൻ നല്ലത് പഴകിയ കാര്യങ്ങൾ പുതിയ മട്ടിൽ പറയുകയാണ്. ലുക്ക് കൂടി ഉണ്ടെങ്കിൽ വർക്ഔട്ട് ആവും. വലിയ ബുദ്ധിമാന്മാർവരെ വന്ന് ശിഷ്യപ്പെടും. ഒന്നു ശ്രമിച്ചാലോ?

ഗവേഷണം എന്ന നേരംപോക്ക്

എന്റെ ഒരു ആത്മമിത്രം പറഞ്ഞ ഒരു സംഭവ കഥയുണ്ട്. അദ്ദേഹത്തിന്റെ നാട്ടിൽ ഒരു പാരലൽ കോളജ് മാഷുണ്ടായിരുന്നു. സ്വല്പം പ്രാന്താണ്. അതി ഗവേഷകനെന്നാണ് മൂപ്പരുടെ വിശ്വാസവും വിചാരവും. പുകവലിയുടെ ദൂഷ്യങ്ങളെപ്പറ്റിയാണ് ഗവേഷണം. അതിന്റെ നിർവ്വഹണ രീതി മാത്രം പറയാം. കാണുന്ന എല്ലാ ബീഡിക്കുറ്റികളും പെറുക്കിഎടുക്കുക, നൂറിന്റെ കെട്ടാക്കുക. ബാക്കി പദ്ധതി പിന്നെ പറയാം എന്നാണ്. അദ്ദേഹം പത്തിലേറെ വർഷം കുറ്റി പെറുക്കി. പിന്നെ ബീഡി വലി കുറഞ്ഞപ്പോൾ കുറ്റി കിട്ടാതായി. ആയതിനാൽ ഡോക്ടറേറ്റും കിട്ടിയില്ല. ഇങ്ങനെയും ഉണ്ട് ഗവേഷണം എന്നേ പറഞ്ഞുള്ളൂ.

അതി ഗംഭീരന്മാരും ഗംഭീരികളും ഒക്കെ ഉണ്ടെന്ന കാര്യത്തിൽ തർക്കമില്ല. പക്ഷേ ഒന്നുണ്ട്, 80 ശതമാനമെങ്കിലും വെറും ഒപ്പിക്കലാണ്. ആവശ്യാധിഷ്ഠിത ഭൗതികവാദം. UGC യ്ക്കു ഒരു phd.എന്ന പോലെ. പിന്നെ ഡോക്ടറാക്കാൻ മിനക്കെട്ടു തുടങ്ങിയ എത്രയെത്ര മത/ദൈവ സർവ്വകലാശാലകൾ.

ആരും വായിക്കാത്തphd പ്രബന്ധങ്ങളിൽ കൊയ്ത്തു നടത്തുന്ന ഗവേഷക, രാഷ്ട്രീയ, മത ബുദ്ധിജീവികൾക്ക് ഈ 'ഡോ.' വിട്ടുകൊടുത്ത്, യഥാർത്ഥ ഡോക്ടർമാരും ഗവേഷകരും വെറും പേരും തിരിച്ചറിയാൻ ജോലിയുടെ പേരും വക്കണം എന്ന് വിനീതമായി അഭ്യർത്ഥിക്കുന്നു.

പഠെ ലിഖേ

ഹിന്ദിയിൽ ഒരു പ്രയോഗമുണ്ട്. 'പഠെ ലിഖേ' പഠിച്ച ആൾ എന്നത് തന്നെ. അവരൊക്കെ വിവരമുള്ളവരും വിവേകികളും ബഹുമാന്യരും എന്നാണ് അതില്ലാത്തവരുടെ ധാരണ. നോക്കൂ, നാട്ടിലെ ഏറ്റവും വലിയ അഴിമതിക്കാരൊക്കെയും പഠെ ലിഖേ. മതം മൂത്ത് വിശുദ്ധ യുദ്ധഭൂവിലേക്ക് ഒളിച്ചു പോയവരും പഠെ ലിഖേ. മരം മുറിച്ചും വേട്ടയാടിയും സമ്പത്തുണ്ടാക്കിയവരും അവർ തന്നെ. അല്ലാത്തവരെക്കൊണ്ട് അത് ചെയ്യിപ്പിക്കുന്നു എന്ന് മാത്രം. കട്ടുമുടിച്ച് പിടിച്ചുപോയാൽ പണമെറിഞ്ഞും പാർട്ടി മാറിയും മതാവരണമണിഞ്ഞും രക്ഷപെടുന്നവരും പഠെ ലിഖേ.

ഗുണ്ടകളും രണ്ടു തരമുണ്ട്. ശരിക്കുള്ള ഗുണ്ടയും സൈബർ ഗുണ്ടയും. ആദ്യത്തേതിന് ധൈര്യവും തടിമിടുക്കും വേണം. രാഷ്ട്രീയ സഹായം കൂടി ഉണ്ടെങ്കിൽ ഗുണ്ടാ രാജാവ്. സൈബർ ഗുണ്ട പഠെ ലിഖേ ആണ്. ഒട്ടും ധൈര്യം വേണ്ട. ലോഡ്ജിലോ വീട്ടിലോ അടച്ചിട്ട മുറിയിൽ ഇരുന്ന് ആഭാസവും നുണയും തീവ്രവാദവും മതഭ്രാന്തും പ്രചരിപ്പിക്കാൻ ഒരു ലാപ്ടോപ്പും നെറ്റ് കണക്ഷനും ധാരാളം. ഒരു സ്മാർട്ട് ഫോൺ തന്നെ മതി.

ആ ഗുണ്ടയെ തിരഞ്ഞു പിടിക്കാൻ ഏറെ നേരം വേണം. അവനെ ലോഡ്ജിൽ പോയി തെറി പറഞ്ഞ് തല്ലാൻ ഗുണ്ടായിസം വേണം. (അത് തെറ്റില്ലാത്ത ചികിത്സ ആണെങ്കിലും എല്ലാവരും ഇത് തുടങ്ങിയാൽ സംഗതി അപകടം). പ്രളയത്തിൽ നിലവിളിച്ചു അലറിയവരെ കൈച്ചലാക്കിയവർ വലിയ പഠെ ലിഖേ ഒന്നുമല്ല. തണ്ടു തുഴഞ്ഞ കൈക്കരുത്തും മനക്കരുത്തും ആണ്. തകർന്ന വിമാനത്തിൽ നിന്ന്

ജീവൻ രക്ഷിച്ചവരും ഒരു അവകാശ വാദവും ഇല്ലാത്തവർ.

പറഞ്ഞു വന്നത് ഇത്രയേ ഉള്ളൂ. പഠെ ലിഖേ ആയതുകൊണ്ട് മാത്രം ബഹുമാനവും പരിഗണനയും അർഹിക്കുന്നില്ല. മനുഷ്യപ്പറ്റും വിവേകവും ഉന്നതമായ മനസ്സും വേണം.

അല്ലെങ്കിൽ സൈബർ ഗുണ്ടകളെപ്പോലെ ഭീരുവും നികൃഷ്ടനും ദ്രോഹികളും ആയിപ്പോകും.

മായക്കാഴ്ച്ചകൾ

തിളങ്ങുന്ന മലയുടെ ദൂരക്കാഴ്ചയിൽ അന്നേവരെ അറിഞ്ഞിട്ടില്ലാത്ത വെളിച്ചത്തിന്റെ ശത വർണ്ണങ്ങൾ ഉണ്ടായിരുന്നു. താഴ്‌വാരങ്ങളിലേക്ക് അടുക്കുന്തോറും സുഗന്ധങ്ങളുടെ മന്ദമാരുതൻ കുളിരുമായി വീശിക്കൊണ്ടിരുന്നു. അതൊരു കമനീയമായ മലഞ്ചെരിവാണ്. അതിവേഗത്തിൽ മുകളിലേക്ക് കുതിക്കുമ്പോൾ എങ്ങനെ എന്ന് അറിയുന്നുണ്ടായിരുന്നില്ല. ഒറ്റയടി പാതകൾക്ക് ഇരു വശവും തിളങ്ങുന്ന ബഹുവർണ്ണ ചെടികൾ. പൂവുകളോരോന്നിനും ഓരോ സുഗന്ധം. സമാന്തരമായി ഒഴുകുന്ന കൊച്ചരുവികളിൽ നിന്ന് തെറിച്ചു വീഴുന്ന വെള്ളത്തിന്റെ തണുപ്പിൽ ആവേശത്തിൽ നിന്ന് ആവേശത്തിലേക്കു കുതിക്കാനുള്ള ഊർജ്ജം കിട്ടുന്നപോലെ. ചാടിത്തുള്ളി ഓടി മറയുന്ന മാൻകിടാങ്ങൾ, അതോ പൈക്കിടാങ്ങളോ? കാഴ്ചകളിൽ പലതും അവ്യക്തമാണ്. ചിലത് അതി വ്യക്തവും.

മലയുടെ നിറുകയിലെ തടാകക്കരയിലെ പുൽമൈതാനത്തിൽ കൈപിടിച്ചു നടക്കുന്ന ഈ കുട്ടികൾ ആരാണ്? അവർ ഓടുകയും പാടുകയും പൂമ്പാറ്റകളെപ്പോലെ പറക്കുകയും ചെയ്യുന്നു. അവർ താടിയിലും തലയിലും തട്ടി ഓടി മറയുന്നു. തോളിൽ കയറി മലക്കംമറിയുന്നു. തടാകത്തിലെ തെളിനീരിന്റെ നിറം മാറിയിരിക്കുന്നു. ആഹ്ലാദത്തിന്റെ ആരവങ്ങൾ സംഗീതാത്മകമായി ആവർത്തിക്കുന്നുണ്ട്. ഇന്നേവരെ കേട്ടിട്ടില്ലാത്ത ഈണത്തിലും ശ്രുതിയിലും താളത്തിലും കുട്ടികൾ പാടുകയാണ്. തടാകങ്ങൾ നിറയെ അതിമനോഹര പുഷ്പങ്ങൾക്കിടയിൽ സ്വർണ്ണ നിറവും നിറഭേദങ്ങളും ഉള്ള മത്സ്യങ്ങൾ. അവിടെ ജീവികൾക്കും സസ്യജാലങ്ങൾക്കും വേർതിരിവില്ലാത്ത അനന്യമായ സ്നേഹവും തുല്യതയും. ആനന്ദത്തിന്റെ നെറുകയിൽ

ആരും ആരെക്കുറിച്ചും ഒന്നും ഓർക്കുന്നില്ല. എന്നാൽ എന്തെന്നില്ലാത്ത ഞങ്ങൾ എന്ന തോന്നൽ. കളിച്ചുചിരിച്ച് പോകുന്ന ആൺ പെൺ കുട്ടങ്ങളിൽ ആ പ്രകൃതിയുടെ മുഗ്ധമായ ആനന്ദം മാത്രം.

ഇതു എവിടെയാണ്, ഇത് എന്താണ്? എന്നോർത്ത് ഉണരുമ്പോൾ പുറത്തു മഴ തകർത്തു പെയ്യുന്നുണ്ട്. ജനൽ കർട്ടൻ നീക്കി നോക്കുമ്പോൾ അരണ്ട നിലാവെളിച്ചത്തിൽ ധാര മുറിയാത്ത മഴയുടെ കാഴ്ച കാണാം. വിജനമായ റോഡിലേക്ക് കുതിച്ചുപായുന്ന മഴവെള്ളം കാണാം. ജീവിക്കുക എന്ന വിസ്മയത്തിന്റെ യാഥാർഥ്യവും അയഥാർഥവുമായ ബോധത്തിൽ എന്തെന്നില്ലാത്ത നിർവൃതി.

ഷൗക്കത്തിന്റെ വിഷു ആശംസകൾ

ഈ വർഷം കോടിവിഷുവാണ്. മകൻ നീരജിന് കുഞ്ഞുമോൾ പിറന്ന ശേഷമുള്ള ആദ്യ വിഷു. ഞാനും ഭാര്യയും മുത്തച്ഛനും മുത്തശ്ശിയും ആയ ശേഷമുള്ള ആദ്യ വിഷു. എൺപതുകഴിഞ്ഞ അമ്മ മുതുമുത്തശ്ശിയാണ്. എങ്കിലും താമസം ഒറ്റയ്ക്കാണ്, ശ്രീകണ്ഠപുരം കോട്ടൂരിലുള്ള ഞങ്ങളുടെ തറവാട്ടിൽ. നഗരവാസം വിട്ട് നാട്ടിലേക്ക് പോയ അമ്മ തിരിച്ചു പോരാൻ തയ്യാറില്ല.

അങ്ങനെ കോടിവിഷു അമ്മയോടൊപ്പം ആഘോഷിക്കാൻ ഞങ്ങൾ കോഴിക്കോടൻ വീട് കാവൽക്കാരനെ ഏൽപ്പിച്ച് അങ്ങോട്ട് പോയി.

കണി കണ്ടു. അമ്മ കൈനീട്ടവും മധുരവും തന്നു. ഭാര്യമുതൽ കുഞ്ഞാവയ്ക്കുവരെ കണിയും കൈനീട്ടവും തരായി.

കുഞ്ഞുമോളുടെ ജനനം നടന്ന ആശുപത്രിക്കാർ ഡിസ്ചാർജ് ചെയ്യുമ്പോൾ വിചിത്രമായ ഒരു ഗിഫ്റ്റുകൂടി തന്നു. ഒരു ഒട്ടുമാവിൻ തൈ. ഒരാഴ്ച കഴിഞ്ഞപ്പോൾ അത് പൂത്തു, ചട്ടിയിൽ തന്നെ. രണ്ടു മൂന്നു ഉണ്ണിമാങ്ങ വിരിഞ്ഞു. ആ മാവിൻ തൈ നാട്ടിൽ കൊണ്ട് നടാൻ പതിവില്ലാത്ത വിധം ഐകകണ്ഠേന തീരുമാനമായി. കണികണ്ട് കഴിഞ്ഞയുടൻ അതിനായി കുഴിയെടുത്തു. അപ്പോഴാണ് പാണ്ടിക്കാട്ട് നിന്നും ഷൗക്കത്ത് വിളിച്ചത്. ഷൗക്കത്ത് കവിയാണ്, കലാകാരനാണ്, സഞ്ചാരിയാണ്. എന്തിലുമേറെ നല്ല മനുഷ്യനാണ്. വിഷു ആശംസിക്കാൻ വിളിച്ചതാണ്. ഞാൻ ഇവിടെയാണെന്നു പറഞ്ഞപ്പോൾ ഷൗക്കത്ത് പറഞ്ഞു, 'നിങ്ങളുടെ പോസ്റ്റിങ് കണ്ട എനിക്ക് അതൊരു ലക്ഷണമൊത്ത ഗ്രാമമാണെന്നു തോന്നുന്നു.' എന്റെ ബഡായികൾ ഷൗക്കത്തിന് അറിയാം.

‘അവിടെ കുളമില്ലേ.’

‘ഉണ്ട് ഷൗക്കത്തെ മൂന്നെണ്ണം, ഒരു നീളൻ കുളമടക്കം നാല്’

‘ന്നാ പിന്നെ ഇന്നത്തെ പോസ്റ്റിങ്ങ് കുളത്തെ പറ്റി ആവട്ടെ.’ ഞാനും ഷൗക്കത്ത് എന്ന കവിയുടെ നൈർമല്യം ഉൾക്കൊണ്ടു.

ചെറിയ കുളത്തിൽ പാറയിടുക്കിലെ ഉറവയിൽ തണുത്ത വെള്ളത്തിൽ മുങ്ങി നിവർന്നപ്പോൾ എന്റെ ഒരു സുഹൃത്ത് ഒരിക്കൽ പറഞ്ഞതോർത്തു, ‘ഇതൊന്നും ഫൈവ് സ്റ്റാർ അല്ല, സിക്സ് സ്റ്റാർ ഫെസിലിറ്റിയാ.’

വലിയ കുളം ഞാൻ കുഴിപ്പിച്ചതാ. പണ്ടേ ഞാൻ വെള്ളത്തിന്റെ ആളാ. അങ്ങനെ മൊത്തം കുളമാക്കി. എന്റെ തലമുറയിൽ കുളം കുഴിപ്പിച്ച ചക്രവർത്തിയായി ഷാജഹാനെ പോലെ ഞാൻ സ്വയം കരുതും, ഞെളിയും. കുളത്തിന് ചുറ്റും അതിരാണിക്കാടുകൾ പൂത്തിട്ടുണ്ട്. പേരറിയാത്ത കുഞ്ഞുകുരുവികളും മീൻ പിടിക്കാൻ എത്തിയ കൊറ്റിയും ചേരക്കോഴിയും ഇടക്കിടക്ക് മുങ്ങാംകുഴി ഇടുന്നുണ്ട്. കരയിലെ വൻ മരങ്ങളിൽ ചിലത് പൂത്തിട്ടുണ്ട്. അവർക്ക് ഈ കൊടും ചൂടിലാണ് തളിർക്കാനും പൂക്കാനും ഇഷ്ടം. ഈ പച്ചപ്പിന്റെ മലഞ്ചുവട്ടിൽ തിളച്ചുമറിയുന്ന മേടത്തിലും വെള്ളം തന്നെ വെള്ളം.

വനശാസ്താവിന്റെ കാവിൽ തൊഴുതു. ഒരു പരന്ന കല്ലിൽ ഇരുന്നു ധ്യാനം ചെയ്തു. വെയില് വീഴാത്ത കാവിൽ നൂറ്റാണ്ടുകൾക്കു മുമ്പ് ജലമന്വേഷിച്ച് സാർത്ഥവാഹകക്കാരായി എത്തിയ മുത്തച്ഛൻമാരെപ്പോലെ ആ വൻ മരങ്ങൾ ഇലകൾ കൊഴിച്ച് അനുഗ്രഹിച്ചപോലെ. എന്റെ മണ്ണും ജലവും അഗ്നിയും ആകാശവും വായുവും ഇഴുകി ചേരുമ്പോലെ. ഈ ചക്രവാളത്തിൽ അഭൗമമായ ഒരു പ്രകൃതി ചൈതന്യം നിറഞ്ഞതു പോലെ.

കത്തിപ്പോയ നാലുകെട്ട് തറവാട്ടിൽ എരിഞ്ഞടങ്ങിയ താളിയോല ഗ്രന്ഥങ്ങളിൽ ഇനി ബാക്കി അഞ്ചെട്ടെണ്ണം. നാടിനും കുലത്തിനും വേണ്ടി ലളിത ജീവിതവും വൈദീകവും കൃഷിയുമായി ജീവിച്ചുപോന്ന അവരെയും സംബന്ധ വീരന്മാരും അധികാരംകൊണ്ട് സകലതും പിടിച്ചെടുത്തവരുമായി വിധിയെഴുതുന്ന ചരിത്രത്തിന് മുന്നിൽ കീഴടങ്ങുകയേ നിവൃത്തിയുള്ളൂ.

തറവാട്ട് പരദേവതയുടെ കോട്ടത്തും മൂലസ്ഥാനമായ ചാലങ്ങാ കാവിലും തൊഴുതു.

കാവിലെ വൻമരച്ചോട്ടിൽ നിന്ന് ഉത്ഭവിക്കുന്ന വറ്റാത്ത നീരുറവയ്ക്കും മരത്തിനും വണങ്ങി.

ഒഴുകുന്ന വെള്ളച്ചാലിലൂടെ നടന്ന് കവുങ്ങിന്റെ പാത്തിയിലൂടെ

ചാടിവീഴുന്ന ഞങ്ങളുടെ തറവാട്ട് വീട്ടിൽ പോയി. സർപ്പക്കാവ് ചുറ്റിവരുന്ന തെളിനീർ, വീടും ചുറ്റി പാത്തിയിലൂടെ മറ്റൊരു ചെറിയ കുളത്തിൽ. കവിഞ്ഞൊഴുകി പാടത്തേക്കും തോട്ടിലേക്കും.

കയ്യിൽ കിട്ടിയ രണ്ടു നാട്ടുമാങ്ങയും ഒരു മുൾച്ചെടിയുടെ പൂവുമായി മടങ്ങുമ്പോൾ എൺപതു കഴിഞ്ഞിട്ടും വിജനമായ ഈ പ്രദേശത്ത് പൂച്ചെടികൾ നട്ടുവളർത്തിയും പച്ചക്കറി കൃഷി ചെയ്തും ഞാൻ ഇനി എങ്ങോട്ടുമില്ല എന്ന് പറയുന്ന അമ്മയുടെ ദുർവാശിയുടെ അർത്ഥം എനിക്ക് മനസ്സിലാവുന്നു. പതിനാറാം വയസ്സിൽ ഈ മണ്ണിലും വെള്ളത്തിലും ചേർന്നുപോയ ജീവിതം.

അച്ഛന്റെ നിഷ്കളങ്കവും നിഷ്കാമവുമായ ആത്മാവുണ്ട് ഈ മലയിടുക്കിൽ. ഇതൊരു ചൈതന്യ ഭൂമിയാണ്.

ഷൗക്കത്തിന് നന്ദി. ഇതൊക്കെ ഗൃഹാതുരത്വമായി ചെറുതാക്കാൻ തോന്നുന്നില്ല. ഞാൻ ഗൃഹ ചക്രവാളത്തിൽ വിലയിക്കുകയാണ്.

സൗഹൃദം

സൗഹൃദം എന്നത് ഒരു മഹത്തായ സമ്പാദ്യം തന്നെ. ഇത് എന്റെ കണ്ടുപിടുത്തമൊന്നുമല്ല. പങ്കു വക്കലിന്റെ (പലപ്പോഴും മാനസിക നിലയോ ആശയമോ ആശങ്കയോ) ആശ്വാസമാണത്.

കൂട്ട് എന്നത് നമ്മുടെ ആവശ്യമാണ്. എല്ലാം എപ്പോഴും നിലനിൽക്കണമെന്നില്ല. പലതും കൊഴിഞ്ഞുപോകും, ചിലർ ഇല്ലാതാവും, ചിലത് തുടരും, ചിലത് വന്നുപെടും. ഒരിക്കലും സൗഹൃദമെന്ന തീവ്രമായ അനുഭവം ഇല്ലാതാവുന്നില്ല.

കൂടെ കളിച്ചവർ, പഠിച്ചവർ, മത്സരിച്ചവർ, അടികൂടിയവർ, പ്രണയിച്ചവർ, കലഹിച്ചവർ, കണ്ടിട്ടേ ഇല്ലാത്തവർ എല്ലാത്തിലും സൗഹൃദത്തിന്റെ അംശമുണ്ട്. കാലങ്ങളായി പുതുക്കാതെ കിടന്നാലും ഓർമ്മയുടെ കോശങ്ങൾ അടിത്തട്ടിലുണ്ടാവും. പരസ്പരം ആകർഷകമോ ആസക്തിയുള്ളതോ ആയ ഒരു സ്രോതസ്സായി ഉള്ളിൽ അതുണ്ട്.

പങ്കുവക്കപ്പെടുന്ന സൗഹൃദങ്ങളിൽ ആശ്വാസവും കാരുണ്യവുമുണ്ട്. അംഗീകാരമുണ്ട്. ഞാൻ തനിച്ചല്ല എന്ന് ബോധ്യപ്പെടുത്തുന്ന വിശാലത ഉണ്ട്. എല്ലാ സൗഹൃദങ്ങളും ഒരുപോലെ ആവില്ല. എങ്കിലും അവയിൽ പൊതുവായ ഒന്നുണ്ട്. അങ്ങോട്ടും ഇങ്ങോട്ടും ഉള്ള ഒരു ആവശ്യപ്പെടൽ.

അതിലൂടെയുള്ള ഒരു ഊർജ്ജ പ്രവാഹം. സമസ്ത ചരാചരങ്ങളുമായുള്ള സൗഹൃദം തന്നെയാണ് സാക്ഷാത്കാരം.

നന്ദി

തിരിഞ്ഞുനോക്കുമ്പോൾ കാലം നമുക്ക് എന്തെല്ലാം തന്നു. എന്തൊക്കെ അതിമനോഹരങ്ങളായ അനുഭവങ്ങൾ. സ്വപ്നങ്ങൾക്കും അപ്പുറമുള്ള നേട്ടങ്ങൾ. നമ്മളെ കരയിച്ചിട്ടുണ്ട്, പക്ഷേ അതിലേറെ എന്തൊക്കെ നമുക്കായി തുറന്നുതന്നു. സുഖദുഃഖങ്ങളുടെ നീതിപൂർവ്വകമായ ചേരുവകൾ കാരുണ്യത്തോടെ ഉദാരമായി നൽകിയപ്പോൾ നമ്മുടെ ദുർമദങ്ങൾക്ക് പോരാ എന്ന് തോന്നിയോ? എങ്കിൽ അത് ആരുടെ തെറ്റ്? തീവ്രമായ പലതും ഉണ്ടായിട്ടുണ്ട്. പലതും നമ്മളെ ഓർമ്മിപ്പിക്കാൻ, നമുക്ക് പൊരുളറിയാത്ത പലതും.

സമസ്തവും കീഴടക്കാൻ കൊതിക്കുന്ന നികൃഷ്ട മോഹങ്ങളെ അതിജീവിച്ചാൽ ഈ സൗന്ദര്യാത്മകമായ ജീവിതമെന്ന സമൃദ്ധിയിൽ നാം പുളകിതരാവും. പ്രകൃതിയുടെ ഓരോ ചലനത്തിലും കാഴ്ചകളിലും ഹർഷംകൊള്ളും. നമ്മുടെ മനസ്സുകളിൽ നന്ദിയുടെ പ്രവാഹമുണ്ടാകും. ഒരൽപ്പം കാത്തിരിക്കാം, ക്ഷമയോടെ, പ്രതീക്ഷയോടെ. നന്ദിപൂർവ്വം പുതിയ കാലത്തിന്റെ സ്നേഹപ്രവാഹത്തിനായി.

www.ingramcontent.com/pod-product-compliance
Lightning Source LLC
LaVergne TN
LVHW100845051026
849519LV00006B/2421
* 9 7 8 9 3 5 5 1 7 1 7 3 3 *